'न्यूयॉर्कमध्ये, दिल्लीमध्ये किंवा एखाद्या गावातील गल्लीमध्ये -जगात कोठेही राहणारे आई-वडील असोत- त्या प्रत्येकाला उपयोगी पडतील, अशा उपयुक्त आणि व्यवहार्य सूचनांनी ह्या पुस्तकाचं पान अन् पान भरलेलं आहे.'

'अनुभवाची प्रचिती आणून देणारं हे पुस्तक 'पालकांची गीता' ठरली नाही तरच नवल. वाचायला सोपं व अत्यंत हलकं-फुलकं पुस्तक.'

जगातील सुप्रसिद्ध बाल-मानसतज्ज्ञ, बालरोगतज्ज्ञ व बाल-शिक्षणतज्ज्ञांचे उपयुक्त विचार आणि मौलिक सूचना, अत्यंत सोप्या आणि कुणालाही सहज समजतील अशा भाषेत मांडून पालकांना मार्गदर्शन करणारं एकमेव पुस्तक.

पानोपानी भरलेली असंख्य चित्रं खूपच बोलकी व कमालीची सूचक आहेत. मोठमोठ्या तज्ज्ञांच्या जाड्या-जुड्या ग्रंथांपेक्षा अत्यंत सोप्या व साध्या भाषेत, हसतखेळत ज्ञान देणारं हे पुस्तक पुर्णत: परिपूर्ण आहे.

'पार्किन्सन-रुस्तुमजी ह्या जगप्रसिद्ध लेखक-द्वयींचं हे आणखी एक 'सर्वाधिक खपाचं पुस्तक.' त्यांच्या अनेक सुप्रसिद्ध पुस्तकांमध्ये, हेच पुस्तक अत्यंत विधायक व सर्वांना उपयुक्त असं ठरावं.'

ह्या पुस्तकातील विचार व सूचना, ह्या जगातील निष्णात व तज्ज्ञ लोकांच्याच कल्पना असून अत्यंत अवघड आणि किचकट विषय वा संकल्पना सामान्य माणसालाही कळतील अशा सोप्या भाषेमध्ये व मनोरंजकपणे मांडण्याची श्री. रुस्तुमजी ह्यांची शैली कौतुकास्पद आहे.

–डी.एम. सिल्वेरा, 'ऑनलुकर'.

'हे पुस्तक म्हणजे जगातील मान्यवर बाल-मानसतज्ज्ञांच्या व बाल-शिक्षणतज्ज्ञांच्या विचारांचं व संकल्पनांचं एक संक्षिप्त रूप आहे. ह्या पुस्तकाच्या निर्मितीमध्ये इतक्या असंख्य लोकांचा वाटा आहे, की त्यांच्या ऋणातून मुक्त होणं केवळ अशक्य आहे. आणि कोणा एकाचा नामोल्लेख करणं म्हणजे इतरांच्या बाबतीत कृतघ्नपणा ठरेल.'

समवयस्क पालकांमध्ये संवाद आवश्यक

बदलत्या काळात पालकत्व निभावताना पालकांना कसरत करावी लागत आहे, त्यामुळे मुलांना वाढविताना आलेल्या अडचणी, त्यावर केलेले उपाय याविषयी समवयस्क पालकांनी एकमेकांशी संवाद साधणे आवश्यक आहे.

पुढारी, १७-४-२०१०

आपल्या स्नेहीजनांना पुस्तके भेट द्या

तुम्ही अन् तुमची मुलं!

लेखक

सी. नॉर्थकोट पार्किन्सन

एम्.के. रुस्तुमजी

एस्. पावरी

रूपांतर

अविनाश भोमे

रेखाचित्रे

मारिओ मिरांडा

मेहता पब्लिशिंग हाऊस

Children: How to Manage Them Now that You've Got Them by
C. Northcote Parkinson / M.K. Rustomji / S. Pavri.

तुम्ही अन् तुमची मुलं! / मार्गदर्शनपर

लेखक : सी. नॉर्थकोट पार्किन्सन / एम्. के. रुस्तुमजी / एस्. पावरी
रूपांतर : अविनाश भोमे

Email : author@mehtapublishinghouse.com

संस्थापक : सुनील अनिल मेहता

प्रकाशक : मेहता पब्लिशिंग हाऊस प्रा. लि.
१९४१, सदाशिव पेठ, माडीवाले कॉलनी, पुणे ४११०३०.

मुद्रक : ट्रिनिटी अॅकॅडमी फॉर कॉर्पोरेट ट्रेनिंग लिमिटेड

मुखपृष्ठ : बाबु उडूपी

प्रकाशनकाल : जुलै, १९८९ / मे, १९९० / मे, १९९३ / मे, १९९७ / ऑगस्ट, २००३ / ऑक्टोबर, २००४ / फेब्रुवारी, २००६ / फेब्रुवारी, २००७ / जुलै, २००८ / फेब्रुवारी, २०१० / जानेवारी, २०१२ / सप्टेंबर, २०१३ / मे, २०१७ /
पुनर्मुद्रण : जून, २०२२

किंमत : ₹ १६०

P Book ISBN 9788177664171
E Book ISBN 9788171617029
E Books available on : amazonkindle Apple Books Google Play Books

जिच्या अपार कष्टांमुळे
आम्ही हे दिवस पाहिले,
त्या माझ्या
ति. आईस
सप्रेम अर्पण

मनोगत

'चिल्ड्रेन' ह्या जगप्रसिद्ध पुस्तकाचं हे मराठी रूपांतर आज मराठी वाचकांच्या हाती देताना मला खूप आनंद होत आहे. पालकांना मुलं मोठी होईपर्यंत 'गाईड' (मार्गदर्शक) ठरेल, असं हे पुस्तक मराठी वाचकांपर्यंत पोहोचविण्याचं गेल्या पाच-सहा वर्षांचं माझं स्वप्न पुरं होत आहे, यासारखा दुसरा आनंद कोणता?

वास्तविक मी मूळचा पत्रलेखक. पुण्या-मुंबईतील वेगवेगळ्या मराठी-इंग्रजी दैनिकांमधून गेली पंधरा-वीस वर्षं सातत्यानं वेगवेगळ्या विषयांवर वाचकांच्या पत्रव्यवहारात मी पत्रलेखन केलेलं आहे. आम्हा पत्रलेखकांची 'अल्वा' - ऑल इंडिया लेटर रायटर्स असोसिएशन नामक एक संस्था आहे. त्या संस्थेच्या वतीनं देवळाली कँप (नाशिक) इथं फेब्रुवारी १९८२ मध्ये 'नागरिकत्व व नेतृत्व' या विषयावर एक शिबिर आयोजित केलं होतं. त्या शिबिराला 'चिल्ड्रेन' ह्या पुस्तकाचे लेखक श्री. एम. के.रुस्तुमजी हे पाहुणे वक्ते म्हणून आले होते.

श्री. रुस्तुमजी व्याख्यान द्यायला वर्गात आले, तेच मुळी त्यांच्या सुप्रसिद्ध वीस-बावीस पुस्तकांचा गठ्ठा हातात घेऊनच. तेव्हा त्यांचं 'चिल्ड्रेन' हे पुस्तक माझ्या प्रथम वाचनात आलं. ते पुस्तक वाचून झाल्यावर माझ्या मनात एक उत्स्फूर्त विचार आला की हे पुस्तक भारतातील सर्व पालकांपर्यंत पोहोचलं पाहिजे, की जेणेकरून ह्या पुस्तकाच्या वाचकांनी पुस्तकातील निम्म्या युक्त्या जरी आपल्या जीवनात प्रत्यक्ष आणल्या, तरी आपल्या देशाची भावी पिढी

ही चांगल्या तऱ्हेने जोपासली जाईल, वाढेल; अन् माझ्या मनात पुढचाच विचार तत्काळ आला, की 'हे पुस्तक आपण मराठीत आणलं तर?' माझ्या या कल्पनेला श्री. रुस्तुमजी ह्यांनीही तितक्याच उत्स्फूर्तपणे प्रतिसाद दिला व या पुस्तकाची मराठी आवृत्ती काढण्यास मला आनंदानं तत्काळ परवानगी दिली. तसंच, मला योग्य ते मार्गदर्शन व साहाय्यही केलं, त्याबद्दल श्री. रुस्तुमजी यांचा मी ऋणी आहे.

ह्या पुस्तकातील चित्रांमधील पात्रं ही पाश्चात्त्य वेषात दाखविली आहेत. ती चित्रं बदलून चित्रातील पात्रं भारतीय वेषामध्ये दाखविण्याच्या माझ्या सूचनेबद्दलही श्री. रुस्तुमजी यांनी मनमोकळेपणानं चर्चा केली. पुस्तकातील शंभरावर चित्रं परत नव्यानं काढावी लागतील, त्यांचे नव्यानं ब्लॉक्स करावे लागतील, चित्रकाराचं मानधन, ब्लॉक्सचा खर्च या सर्वांमुळं पुस्तकाची किंमत कशी खूप वाढेल, ह्याबद्दलही त्यांनी मार्गदर्शन केलं. शेवटी चित्रं ही प्रसंग समजायला पूरकच ठरतात; चित्रातील आईनं पातळ नेसलंय का स्कर्ट घातलाय, याचा घटना समजण्यावर विशेष काही परिणाम होत नाही, हे त्यांचं म्हणणं मला पटलं. कारण दंगामस्ती करणाऱ्या मुलाला आई मारत आहे, असं चित्रात दिसल्यावर ती आई स्कर्टमध्ये आहे का पातळात आहे, ह्या गोष्टी गौण ठरतात. म्हणून मूळ इंग्रजी पुस्तकातील चित्रं जशीच्या तशीच ठेवलेली आहेत. तुम्हा वाचकांनाही हे पटेल, अशी खात्री आहे.

पुस्तकातील भाषा ही मुद्दामच अत्यंत सोपी व रोजच्या बोलीतील अशीच ठेवली असून म्हणी, अवघड शब्दप्रयोग वा वाक्यप्रयोग यांचा वापर मुद्दामच टाळला आहे. हेतू हाच की ज्याला मराठी भाषा समजते, त्यालाही हे पुस्तक समजण्यास अवघड जाऊ नये.

हे पुस्तक पूर्णत्वाला नेण्यासाठी अनेकांचं सहकार्य लाभलं. सर्वप्रथम श्री. रुस्तुमजींचा उल्लेख मला करावा लागेल. कशाचीही अपेक्षा न ठेवता त्यांनी ज्या तत्परतेनं या मराठी आवृत्तीला परवानगी दिली, ती त्यांची लाख मोलाची मदत होय. त्यामुळंच आमचं हे पुस्तक आम्ही इतक्या कमी किमतीत वाचकांना देऊ शकलो.

तसेच, श्री. भाऊ कुलकर्णी, सौ. झेलम वाटवे व डॉ. श्री. दत्तात्रय पुंडे, डॉ. अरविंद भोगे यांनी मराठी रूपांतर करताना जी मदत केली, तीही मी विसरणार नाही.

'मेहता पब्लिशिंग हाऊस'च्या श्री. अनिलकुमार मेहतांनी जर ह्या पुस्तकामध्ये इतकी रुची दाखविली नसती, तर हे पुस्तक कदाचित तुमच्यापर्यंत आलंही नसतं. माझं हे पहिलंच पुस्तक जन्माला घालण्याचं सारं श्रेय त्यांचंच आहे.

आज एकत्र कुटुंब-पद्धतीच नामशेष होऊ लागली आहे. राजा-राणीच्या संसारात व 'एक या दो बस'च्या जमान्यात मुलांचे एक फाजील लाड तरी होतात किंवा नवरा-बायको दोघेही नोकरीनिमित्त दिवसाचा जास्त काळ बाहेर राहत असल्यामुळं मुलांकडे दुर्लक्ष तरी होत असतं. विभक्त कुटुंब-पद्धतीमुळं, घरांमध्येही या पिढीतील पालकांना प्रसंगी 'मुलांशी कसं वागावं' याबाबत मार्गदर्शन करणारं अनुभवी व वडीलधारं माणूस नसतं, अशी आजच्या पालक-पिढीची अवस्था आहे. त्यामुळं 'मुलांशी वागावं कसं?' हा आजच्या पालकांना भेडसावणारा प्रश्न आहे. त्याबाबतीत पालकांना हे पुस्तक नक्कीच 'मार्गदर्शक' ठरेल, असा विश्वास वाटतो.

प्रगत देशांमध्ये नवविवाहित जोडप्याला 'आदर्श पालक कसे व्हावे?' याबद्दल प्रशिक्षण देण्यात येतं. आपल्याकडे तसं काही होत नसलं, तरी निदान हे पुस्तक नवविवाहितांना लग्नप्रसंगी भेट देऊन त्यांच्यावरील जबाबदारीची जाणीव करून देण्यात नक्कीच उपयोगी ठरेल, अशी अपेक्षा आहे.

वाचकांनी आपला अभिप्राय अवश्य कळवावा.

–अविनाश भोमे
६.४.१९८९

दहाव्या आवृत्तीच्या निमित्ताने

" 'तुम्ही अन् तुमची मुलं!' ची आवृत्ती संपली आहे. नवीन काढायची का?" असा फोन मेहतांकडून आला आणि मला अत्यानंद झाला. केवळ दहावी आवृत्ती निघणार म्हणून नव्हे, तर ३१ जुलै १९८९ या दिवशी मी जो विश्वास व्यक्त केला तो खरा ठरला म्हणून. त्या दिवशी माझ्या या पहिल्या पुस्तकाचा जन्म झाला. 'केवळ १,००० पुस्तकंच का छापली?' हे मला समजावून सांगताना माझे प्रकाशक श्री. अनिलभाई मेहता मला म्हणाले होते की, '१,००० पुस्तकांची एक आवृत्ती संपायलाही ७-८ वर्षं लागतात. तरीही पुस्तकं खपत नाहीत.' तेव्हा मी अनिलभाईंना म्हणालो होतो की, 'या पुस्तकाची दर दोन-अडीच वर्षांनी तुम्हाला डिक्शनरीसारखी आवृत्ती काढावी लागेल.'

वाचकांच्या उदंड प्रेमामुळेच आज त्या घटनेला वीस वर्षे होण्यापूर्वीच, दहावी आवृत्ती प्रकाशित करण्याचा योग येत आहे. वाचकांनी माझा आत्मविश्वास सार्थ ठरवला, त्याबद्दल वाचकांना मन:पूर्वक अभिवादन!

गेल्या १५-२० वर्षांच्या काळात माझ्या या पुस्तकाच्या निमित्ताने विविध शाळांमधून याच विषयावर पालकांशी संवाद साधताना मला एक गोष्ट जाणवली की, पालकांना रोजच्या दैनंदिन जीवनात खऱ्याखुऱ्या मार्गदर्शकाची जी निकडीची गरज होती, ती या पुस्तकामुळे बऱ्याच अंशी भागली आहे. असंख्य पालकांनी प्रत्यक्ष भेटीत वा पत्ररूपाने उपयुक्ततेबद्दल या पुस्तकाची प्रशंसा केलेली आहे. परंतु

गमतीचा भाग हा की काही पालक असंही अभिमानानं सांगतात की, 'आमच्या मुलाला/मुलीला हे पुस्तक फार आवडतं. आम्ही संपूर्ण पुस्तक वाचलं नाही पण त्यानं/तिनं वाचलंय व तोच/तीच आम्हाला सांगत असतो/असते की, 'तुम्ही असं वागायचं नाही,' वगैरे वगैरे. आता या पुस्तकातील चित्रांमुळे लहानग्यांना हे पुस्तक 'आपल्यासाठी' आहे असं वाटतं, हे मी समजू शकतो. परंतु हे पुस्तक पालकांनी (वारंवार) वाचून त्यावर अंमल करावयाचा आहे, हे आवर्जून सांगावंसं वाटतं आणि तेच खरं अपेक्षित आहे. त्यातच मुलांचं हित आहे.

सध्या महाराष्ट्रामध्ये विद्यार्थ्यांच्या आत्महत्येचं सत्र चालू आहे. समाज सुन्न झाला आहे! पालकांच्या फाजील लाडामुळे 'नकार' ऐकण्याची सवय नसलेला १० वी, १२ वीतील हा विद्यार्थीवर्ग आणि अपयश सहन न झालेले नैराश्यग्रस्त हे विद्यार्थी, या सर्वांच्या मुळाशी पालकांचा या मुलांशी असलेला 'संवादाचा अभावच' कारणीभूत असावा असं माझं ठाम मत आहे. कित्येक तरुण-पालक आपल्या मुलांशी (सुसंवाद सोडाच!) साधा संवादही साधू शकत नाहीत असं दिसतं. आपली नोकरी, करिअर, प्रमोशन्स, मोठमोठी घरं (व त्यासाठी मोठाली कर्ज) डुप्लेक्स फ्लॅट्स, उंची गाड्या या भौतिक साधनांच्या मागे धावताना, त्यालाच सर्वस्व मानून जगू लागतात, त्यामुळे आपल्याच मुलांशी संवाद साधायला जमत नाही असं काहीसं घडत आहे. मला तरुण पालकांना हे सांगावंसं वाटतं की, 'आपल्याच मुलांशी संवाद साधणं हे त्याहूनही जास्त महत्त्वाचं आहे. अन् 'संवाद' हा एका-दोन दिवसात कधीच साधला जात नाही. मुलांच्या लहानपणापासून सुरू असणारी ती एक निरंतर प्रक्रिया आहे.' (It is a continuous process...)

पुस्तकाची ही १० वी आवृत्ती प्रकाशित होण्यामागे माझे प्रकाशक मित्र श्री. अनिलभाई मेहता आणि त्यांचे सुपुत्र श्री. सुनिल मेहता यांचाही सिंहाचा वाटा आहे. त्यांच्या अनमोल सहकार्याशिवाय पुस्तकाला हे यश मिळणं शक्यच नव्हतं. त्याबद्दल त्यांनाही मनःपूर्वक धन्यवाद.

मला हे सर्वांना सांगण्यास अत्यंत आनंद वाटतो की, असंख्य वाचक-मित्र हे पुस्तक लग्न, डोहाळेजेवण, बारसं, मुलांचे वाढदिवस या प्रसंगी तरुण आई-वडलांना भेट देत असतात. त्यांचे हे व्रत असेच चालू ठेवत, या दहाव्या आवृत्तीचेही ते माझे वाचक-मित्र आनंदाने स्वागतच करतील याची मला पूर्ण खात्री आहे.

अविनाश भोमे

पुणे २०.१.२०१०
वसंत पंचमी

अनुक्रमणिका

प्रकरण पहिले

तुम्हाला माहिती असायलाच हव्यात, अशा मूलभूत गोष्टी

मुलांशी कसं वागायचं, ह्याबद्दल तुम्ही खूप काही शिकू शकाल.

अनेक पालकांची अशी समजूत असते की 'बाल-संगोपन' हे प्रत्येकाला निसर्गत:च आपोआप जमतं. त्यासाठी त्यांनी वेगळं शिक्षण किंवा मार्गदर्शन घेण्याची काही गरज नाही. पण वस्तुस्थिती असते मात्र याच्या अगदी उलट. बहुसंख्य पालकांना अशा प्रकारच्या मार्गदर्शनाची नितांत आवश्यकता असते. कारण कायदा, वैद्यकशास्त्र, जमाखर्च, रसायनशास्त्र आणि भौतिकशास्त्र ह्यांसारखंच बाल-संगोपन हेही एक शास्त्रच आहे. बाल-संगोपनाचेही योग्य-अयोग्य असे मार्ग आहेत. त्यांतही शिकण्यासारखं बरंच काही आहे. मुलांची जशी नैसर्गिक वाढ व्हायला पाहिजे, तशी जर झाली नाही, तर मुलांची वाढ खुरटते. कधी कधी पालकांच्या सदोष वागण्यामुळं त्यांची 'नको तशीही' वाढ होऊ शकते.

म्हणूनच आमच्या ह्या छोट्याशा पुस्तकाची आवश्यकता आहे, असं आम्हाला वाटतं. ह्या पुस्तकामुळं तुमची मुलं खूप चांगली, निष्णात, पारंगत वगैरे होतील, असा आमचा मुळीच दावा नाही. किंवा केवळ पुस्तकी ज्ञानानंच चांगलं बाल-संगोपन जमतं, असंही नाही. परंतु मुलांच्या संस्कारक्षम वयातील महत्त्वाच्या घडामोडी व धोक्याच्या जागा कशा हाताळाव्यात, याबाबतीत हे पुस्तक तुम्हाला नक्कीच मार्गदर्शक ठरेल.

‘वाढता वाढता वाढे’

चुकीचं वागणं :

मुलांना ओढून ताणून तुम्ही मोठं करू शकणार नाही. त्यांच्या विकासाला काही वेळ हा लागणारच. अशा गोष्टी घाईनं होत नसतात.

योग्य वागणं :

'मुलं म्हणजे फुलं'. त्यांना फुलांप्रमाणेच वागवा. फुलांप्रमाणेच त्यांना नैसर्गिकरीत्या वाढू द्यात. फुलझाडांना जसं खत घालता आणि पाणी देता; त्याचप्रमाणे मुलांवर प्रेमाचा वर्षाव करा आणि त्यांना मायेची सावली द्या. त्यांच्या बाबतीत फाजील सोशिकपणा मात्र अजिबात दाखवू नका. मुलांचं चांगलं संगोपन करण्याचा हाच खरा मार्ग आहे.

मुलांच्या प्रगतीच्या बाबतीत बहुसंख्य पालक उतावळे असतात आणि त्यामुळंच ते मुलांच्या विकासाबाबत घिसाडघाई करतात आणि नेमका इथंच धोका संभवतो.

मुलांच्या विकासामधील पालकांचा सहभाग, हा मुलांना त्यांच्या प्रयत्नांमध्ये मदत करण्यापुरताच मर्यादित असावा. झाडावर फुलं एकदम उगवतात का? नाही ना? मग तुमची मुलं तरी एकदम मोठी कशी होतील?

मुलांचा विकास ही तशी अवघडच गोष्ट आहे. अगदी चांगल्यातल्या चांगल्या आणि हुशारातल्या हुशार मुलांची प्रगतीसुद्धा अशीच टप्प्याटप्प्यानं होत असते.

- आणि हे केवळ मुलांच्या शारीरिक वाढीच्या बाबतीतच महत्त्वाचं आहे, असं नव्हे, तर मुलांच्या मानसिक वाढीच्या बाबतीतही तितकंच महत्त्वाचं आहे.

'मुलांशी भांडू नका... तुम्ही नक्कीच हराल!'

देव करो अन् तुम्हाला मुलांशी भांडण्याची बुद्धी न होवो. कारण तुम्ही जर त्यांच्याशी भांडलात तर तुमचा पराभव हा नक्की ठरलेला आहे, हे लक्षात ठेवा. कारण भांडण व वादविवाद करण्यासाठी लागणारी ताकद आणि वेळ ह्या दोनही गोष्टी - मुलांच्या जवळ तुमच्यापेक्षा जास्त आहेत. हा, तुमची इच्छा मुलांवर लादण्यात तुम्ही कदाचित यशस्वी व्हालही! पण मग मुलांच्या मनात बदला घेण्याची भावना निर्माण होईल व ती संतापी आणि निरुत्साही बनतील किंवा क्वचितप्रसंगी अपराधीही बनतील. त्यावर मुलांना आपलंसं करणं हाच एकमेव उपाय आहे. याबाबतीत या पुस्तकातल्या काही सूचना तुम्हाला नक्कीच उपयुक्त ठरतील.

– मुलांचं म्हणणं समजूतदारपणानं व सहानुभूतीनं ऐका.

– वादावादी किंवा ताणाताणी होईल, अशी विधानं कटाक्षानं टाळा.
– मुलं प्रत्येक गोष्ट चुकीचीच करतील, असं मुळीच समजू नका.
– आणि कृपा करून आपल्याच मुलांना गाढव, मूर्ख, बेअकली वगैरे दूषणं देऊ नका

त्यांना सामावून घेतलेलं आवडतं

चुकीचं वागणं :

थंडीच्या दिवसांत सकाळीसकाळीच स्वेटर आणि कानटोपी घालण्याचा वृंदाला

नेहमीचा कंटाळा पण तिच्या आईला मात्र वाटतं, की तिनं जर लोकरीचे कपडे घातले नाहीत तर तिला सर्दी होईल. आणि वृंदाला तर ह्या कपड्यांमध्ये कमालीचं गरम वाटतं. यावरून त्या दोघींमध्ये वादावादी ही रोजची - अगदी ठरलेली.

चुकीचं वागणं :

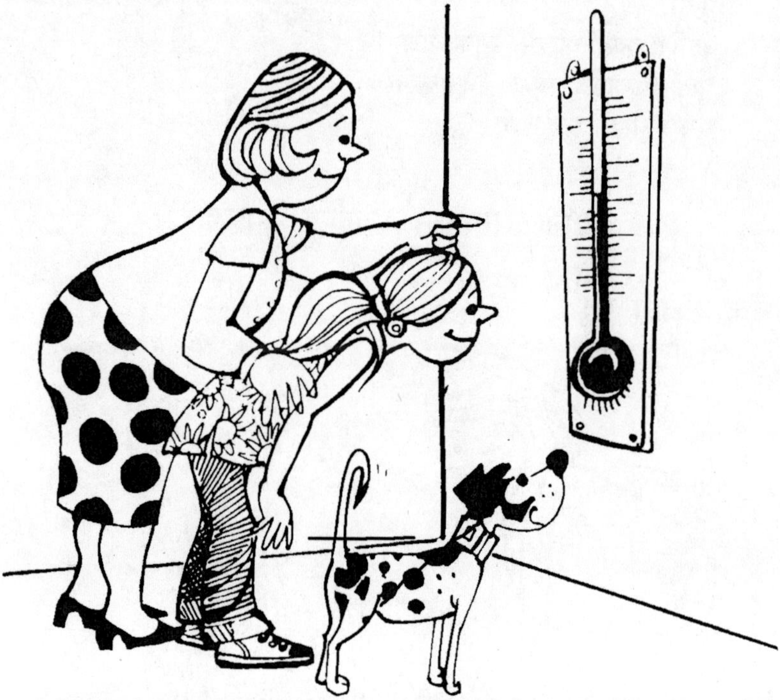

तपमापकामधील पारा जेव्हा ठरावीक खुणेच्या खाली जाईल, तेव्हाच वृंदानं स्वेटर घालायचा, असं जेव्हा वृंदाचं आणि तिच्या आईचं ठरलं तेव्हा वृंदालाही, 'आपल्यालाही त्यातलं काहीतरी कळतं', असं वाटायला लागलं आणि मग थंडी पडायला लागताच वृंदा स्वत:हून स्वेटर, कानटोपी वगैरे मागायला लागली.

जबरदस्ती केलेली कोणाला आवडते? उलट, तिचा सर्वांनाच तिटकारा वाटतो. याउलट, मुलांना अशा तऱ्हेनं सामावून घेतलं, सहभागी करून घेतलं, तर वेगळाच परिणाम दिसतो.

■

प्रकरण दुसरे

'प्रथम आत्मनिरीक्षण करा.'

राग काबूत ठेवा.

आपला राग हा मुलांच्या दृष्टीनं अपायकारक आहे, हे माहीत असूनसुद्धा बरेच पालक राग आवरायचा क्वचितच प्रयत्न करतात. बऱ्याच वेळा होतं काय, की पालक आपला राग तर आवरू शकत नाहीतच, उलट ते स्वत:च रागाच्या आहारी जातात आणि मग ज्यांच्यावर आपण जिवापाड प्रेम करत असतो, ज्यांच्यासाठी आपण काबाडकष्ट करत असतो, अशा आपल्या लाडक्या लेकरांवर (चांगल्या हेतूनं का होईना) आपण संतापतो, खेकसतो.

राग हा प्रचंड वजनासारखा आहे. रागाचं हे प्रचंड ओझं डोक्यावर जसजसं वाढत जाईल, तसतसं आपण त्याच्याखाली जास्तच चिरडले जातो. घर आहे तिथं भांड्याला भांडं हे लागणारच. विशेषत: रागाचा पारा खूप चढला की कधीतरी स्फोट हा होणारच. हे सगळं खरं आहे पण मुलांच्या बाबतीतली भांडणं टाळण्यासाठी व तणाव कमी करण्यासाठी जाणीवपूर्वक प्रयत्न करण्याची नितांत आवश्यकता आहे.

एक गोष्ट तुम्ही गृहीत धरायलाच हवी, की कधी ना कधी मुलं तुम्हाला उचकवणारच. तुम्हाला राग येईल, असं काहीतरी ती करणारच. त्यामुळं निर्माण होणाऱ्या तणावांची कारणमीमांसा आधीच करून, तसा तणाव निर्माण होणारच नाही, अशीच खबरदारी आपण आधीच घ्यावी, म्हणजे मग रागावण्याचे प्रसंगच मुळात कमी येतील. ही गोष्ट खूप महत्त्वाची आहे आणि ती तशीच दैवावर सोडून देऊन चालणार नाही.

'रागाच्या भरात बोलणं'

चुकीचं वागणं :

समीरच्या आईला राग आवरला नाही आणि रागाच्या भरात ती नेमकं नको ते बोलून गेली. त्यामुळं घरातील शांत वातावरण गढूळ बनलं.

'कोणत्या तीव्र इच्छेपोटी मुलं अशी वागतात', ह्याचा पालकांनी विचार न केल्यामुळे असे प्रसंग वारंवार उद्‌भवतात. याशिवाय रागाच्या भरात मुलांसाठी असे दंडक किंवा नियम घालून देणं सर्वथा गैर आहे. अशा बोलण्याचा मुलांवर फार विपरीत परिणाम होतो कारण अशा धमक्या मुलं मनाला लावून घेतात आणि कुढत बसतात.

चुकीचं वागणं :

पहिली गोष्ट, म्हणजे तुमचा राग आणि तुमच्या भावना सरळ शब्दांत व्यक्त करा. मुलांना रागाचं कारण स्पष्टपणे सांगा, म्हणजे झालं. भांडणाचे, तणावाचे प्रसंग मग बहुधा उद्‌भवणारच नाहीत व त्यामुळं होणारे नंतरचे अनावश्यक परिणामही सहज टाळले जातील.

पण एक गोष्ट लक्षात ठेवा, की इतर लोकांबद्दल तुम्हाला काय वाटतं किंवा इतर लोक कसे आळशी, स्वार्थी किंवा अविचारी आहेत, याबद्दल व्यर्थ बडबड मात्र मुलांसमोर करू नका.

उद्रेक कसा टाळाल?

आपला राग व्यक्त करण्याचा हा एक सर्वोत्तम मार्ग आहे. तुमच्या रागाचा पारा जेव्हा खूप चढला असेल, तेव्हा त्याचा उद्रेक होऊ देऊ नका. अशा वेळेस जवळपास कोणी नाही ना, ह्याची खात्री करा आणि वरीलप्रमाणे स्वगत बोलून तुमच्या संतापाला वाट करून द्या. आणि मग बघा तर खरं! इतरांचं टी.व्ही. पाहणं चालू असतानाच तुमच्या हातांतलं काम कधी संपलं; हे तुमचं तुम्हालाही कळणार नाही आणि वर तुमचं मनही कसं अगदी शांत झालेलं असेल - कसलीही मोडतोड न होता.

‘त्यांना शिस्त कशी लावाल?’

अमोलला शिस्त लावण्याचा आणि त्याचं सहकार्य मिळविण्याचा हा किती उत्कृष्ट मार्ग आहे, नाही? शिस्त लावण्याच्या अशा चांगल्या प्रयत्नांना कोणत्याही मुलाकडून नक्कीच प्रतिसाद मिळेल. नाहीतर होतं काय, की बहुतेक वेळा मुलांना दम दिला जातो की, ‘थांब, बाबांनाच सांगते तू भिंत खराब केलीस म्हणून. ते चांगला चोप देतील तुला. मग कळेल!’

आपल्या अशा घातक बोलण्यामुळं मुलांना कसं वागावं आणि काय करावं, हे काहीच कळत नाही. अशा प्रकारच्या चुकीच्या शिस्तीमुळं मुलांपुढं काही पर्यायच उरत नाही व त्यांना काही शिकायलाही मिळत नाही.

'जुगलबंदी'

चुकीचं वागणं :

अन् अशा तऱ्हेने शब्दानं शब्द वाढतो. आरडाओरडा वाढतो. शाब्दिक लढाई सुरू होते.

आई म्हणते, "उलटून बोलू नकोस."

मग तो म्हणतो, "मग तू का ओरडतेस?"

ती त्याला घराबाहेर जायला सांगते. तो जात नाही. इ. इ. आणि एका क्षुल्लक गोष्टीमुळं दोघांचाही संपूर्ण दिवस बरबाद होतो. खरं म्हणजे, ह्या साऱ्या प्रकारात चूक कोणाचीच नसते. अमोलनं बशी काही मुद्दाम पाडलेली नसते, तर ती चुकून पडलेली असते.

बहुसंख्य घरांमध्ये पालक आणि मुलांमधली भांडणं ही अशा ठरावीक क्रमानंच नेहमी सुरू होतात. मुलांच्या हातून अजाणतेपणी काही चुका होतात. मुलानं ते मुद्दामच केलं, असं समजून पालक तुसड्यासारखं बोलतात. मुलगा उलट उत्तर देतो. मग पुन्हा आरडाओरडा व मुलाला 'कठोर शिक्षा करण्याची धमकी' हे सर्व ओघानं आलंच. मग आगीचा भडका उडणं अगदी अटळ असतं. आणि त्यानंतर वातावरण निवळून पूर्ववत शांतता निर्माण व्हायला कधी कधी दोन-दोन दिवसही लागतात आणि हे सर्व कशामुळं, तर आई-वडलांना राग अनावर झाला म्हणून. 'रागावल्यानं, टोचून बोलण्यामुळं मुलांचं भलं तर काही होत नाहीच, उलट त्यांच्यावर त्याचा विपरीत परिणाम होऊन मुलांच्या मनात पालकांबद्दल वैरभावना निर्माण होते'- हे पालकांनी लक्षात घ्यायला नको का?

योग्य वागणं :

बघा, शब्दा-शब्दामुळं कसा फरक पडतो ते. शब्दांमुळंच आनंदी किंवा तणावपूर्ण वातावरण निर्माण होऊ शकतं. थोडासा समजूतदारपणा दाखवला तर घरातील वातावरणात महत्त्वपूर्ण फरक पडू शकतो. आता हेच बघा ना. 'तू वेंधळा आहेस. नेहमीच बश्या फोडतोस' असं जर अमोलची आई म्हणाली असती, तर अमोलसुद्धा उलटून बोलला असता आणि दोघांनाही दिवसभर मनस्ताप झाला असता. अशा वेळेला, 'ही वेळ कानउघाडणी करण्याची नसून, समजून घ्यायची आहे', हे लक्षात घ्या. मुलांना उपदेश करण्याअगोदर त्यांना थोडं समजून घ्या, आणि मगच त्यांना वागण्याबाबत योग्य त्या सूचना द्या. झाल्या प्रकारात अमोलचा साधा अपमानही झाला नाही. त्यामुळं पुढच्या वेळेस बश्या वगैरे नेताना तो नक्कीच काळजीपूर्वक काम करेल, याबद्दल अगदी नि:शंक असा.

'त्यांचा हिरमोड करू नका.'

बहुधा सर्वच मुलांना, आपले आई - वडील, त्यांना 'हे करू नकोस, ते करू नकोस', असं सतत सांगून आपला हिरमोड करणारेच आहेत, असंच वाटतं.

'कपडे मळवू नकोस', 'पाण्यात खेळू नकोस', 'सोफ्यावर नाचू नकोस', 'नागडा हिंडू नकोस', 'बहिणीला मारू नकोस' इ. इ.

अरे, मग मुलांनी नेमकं करायचं तरी काय? मुलांनी नक्की काय करावं आणि काय नाही, हे सांगणं अवघड असलं तरी सुजाण पालकांनी शक्यतो आपण मुलांचा सतत हिरमोड तर करत नाही ना याची खबरदारी मात्र अवश्य घ्यायलाच हवी. सतत हिरमोड करून मुलांच्या आनंदावर विरजण पाडू नका.

'आपले आई-बाबा' हे सुद्धा आपल्यासारखेच खेळकर आहेत, त्यांनाही गंमत केलेली आवडते, असं तुमच्या मुलांना वाटलंच पाहिजे. यासाठी तुम्ही अनेक गोष्टी करू शकता. उदा. खिशातून अवचितपणे चॉकलेट किंवा तत्सम खाऊ काढणं, अचानकपणे एखादं खेळणं आणून समोर ठेवणं किंवा चित्र-विचित्र हावभाव करून चक्क वाकुल्या दाखवणं, इ. इ.

'खेळकर व्हा, त्यांच्याशी खेळा
स्वतः हसा, त्यांनाही हसवा'

'मुलांची तुलना मुळीच नको.'

चुकीचं वागणं :

योग्य वागणं :

'होते एखाद्याची वाढ सावकाश' हे उन्मेषच्या आईचं म्हणणं अगदी रास्त आहे. उन्मेषच्या बरोबरीचा दुसरा एखादा मुलगा लवकर बोलू लागला, लवकर चालू लागला, तर त्यात बिघडलं कुठं? त्या मुलाची बोलण्यात गती असेल पण तो खेळण्यात उन्मेषइतका चपळ नसेलही कदाचित. जो लवकर चालायला लागला; त्या मुलाला कदाचित दात उशिरा येतील. म्हणून ह्या गोष्टींचा उगाच बाऊ करण्यात काहीही अर्थ नाही.

तेव्हा पालकमित्रांनो, आपलं मूल असंच असायला हवं, तसंच असायला हवं, असा विचार न करता ते जसं आहे, तसंच त्याच्यावर प्रेम करायला शिका. त्यातच सुख माना.

आपल्या मुलांची दुसऱ्या मुलांशी तुलना करून वृथा काळजीत पडू नका. कदाचित तुमचा सुयश पुढं असं काही करेल, की आशावर काळजी करायची वेळ येईल. म्हणून मुलांची तुलना करू नका, कारण अशी तुलना करणं मुळातच चुकीचं आहे.

'अमिष दाखवणं'

मुलांच्या बाबतीत आमिषं ही निरुपयोगी ठरतात. त्यामुळं एखादी गोष्ट तेवढ्यापुरतीच करण्याकडे मुलांची प्रवृत्ती वाढते व तीच गोष्ट सातत्यानं व दीर्घकाळपर्यंत करायला लावण्यास आमिषं ही कुचकामी ठरतात.

"तू अमुक केलंस तर मी चॉकलेट देईन", असं जेव्हा आपण म्हणतो तेव्हा मुलानं ती गोष्ट कायम, सातत्यानं करत राहावी, अशी आपलीसुद्धा अपेक्षा नसतेच. जोपर्यंत समोर चॉकलेटचं आमिष आहे, तोपर्यंतच त्यानं ती गोष्ट करावी असाच

अर्थ आपल्यालाही अभिप्रेत असतो. पण एकदा का चॉकलेट संपलं की मुलं परत पहिले पाढे पंचावन्नच गिरवणार, दुसरं काय? त्यापेक्षा, एखादं चांगलं काम केल्याबद्दल मुलांचं वेळीच कौतुक करून त्यांना एखादं बक्षीस का देत नाही? आमिषांपेक्षा अशा बक्षिसांचा जास्त चांगला परिणाम होईल.

'वचन मागणं'

तुमचं मुलांशी नातं हे परस्पर विश्वासावरच आधारलेलं असावं. मुलांना वचन देणं किंवा मुलांकडून वचन मागणं, हे दोन्हीही प्रकार साफ चुकीचे आहेत. त्यातून एवढाच अर्थ निघतो, की जेव्हा आपण वचन दिलं असेल तेव्हाच आणि फक्त तेव्हाच चांगलं वागायचं. एरवी कसंही वागायला आपल्याला मोकळीक आहे, असंच मुलांना वाटणार.

आमिषं दाखविण्याइतकंच मुलांकडून अशी वचनं मागणं हे दूरगामी वाईट परिणाम करणारं ठरतं.

'टोमणे मारणं'

सरळ केलेल्या टीकेपेक्षा अशा वर्मी लागणाऱ्या टोमण्यांमुळं मुलं चिडतात आणि ती वाट्टेल तसं वागू लागतात आणि मग त्यांची मनं सुडाच्या भावनेनं पेटून उठतात आणि प्रतिटोला कसा द्यायचा, ह्या एकाच गोष्टीचा ती विचार करू लागतात.

पालकांनी मारलेल्या कुजकट टोमण्यांमुळं मुलं स्वत:ला तर कमी लेखायला लागतात एवढंच नव्हे, तर त्यांच्या मित्रपरिवारामध्येही मुलांना काही किंमत उरत नाही.

■

प्रकरण तिसरे

'शिक्षा नि प्रशंसा'

मुलांना कोंडून ठेवणं

चुकीचं वागणं :

समीरची आणि परागची मैत्री आहे ना? मग समीरला कोंडून ठेवून का त्यांची मैत्री तुटणार आहे? किती झालं, तरी ते एकमेकांचे शेजारी आहेत आणि वर त्यांची चांगलीच गट्टीही जमली आहे. यावर एकच उपाय आहे आणि तो म्हणजे -

योग्य वागणं :

परागलाच तुमच्या घरी खेळायला बोलवा आणि ते दोघं खेळत असताना तुम्हीही त्यांच्या आसपासच राहा. बघा, कदाचित पराग शिव्या देणारही नाही. परागलाही नीट समजावून सांगा की शिव्या देणं, घाणेरडं बोलणं चांगलं नाही; ती वाईट सवय आहे म्हणून. अन् मग बघा - परागचंही बोलणं सुधारतं की नाही ते.

मुलांना कोंडून ठेवणं, त्यांच्याशी तासन्तास अबोला धरणं, ह्या शिक्षेच्या अत्यंत अनिष्ट प्रथा आहेत. त्यांचा मुळीच उपयोग होणार नाही. अशा शिक्षांमुळे आपण घरात कोणाला आवडत नाही, अशीच मुलांची भावना होते. आणि घराबद्दल मुलांच्या मनात असुरक्षिततेची भावना वाढीस लागते. 'हे घर आपलं आहे. आपणही ह्या घरातील कुणीतरी आहोत आणि आपल्या घरामध्ये आपण सुरक्षित आहोत.' असंच तुमच्या मुलांना नेहमी वाटायला हवं. यासाठी मुलांना कधीही कोंडून ठेवू नका किंवा त्यांच्याशी तासन्तास अबोलाही धरू नका.

'शारीरिक शिक्षा'

मुलांना शारीरिक शिक्षा करणं हे सर्वथा गैर आहे. कारण त्यापासून मुलांना अशी एक चुकीची शिकवण मिळते, की 'जेव्हा कधी आपल्याला राग येईल, तेव्हा दुसऱ्याला मारत सुटणं'. चूक काय बरोबर काय, याचा विचार करून आपला राग विधायक मार्गानं व्यक्त करायचं सोडून मुलं मग राग आला की नुसतंच मारायला शिकतात. जेव्हा मुलांच्या बाबतीत इतर सर्व उपाय थकले असतील, तेव्हा एक चांगला मार्ग आहे. परंतु काठीनं मारणं किंवा चटके देणं, अशा शारीरिक शिक्षा मुलांच्या मनावर चांगला परिणाम करण्याऐवजी दुष्परिणामच जास्त करतात.

'टोचून बोलणं कसं टाळालं?

ह्या चित्रामध्ये अतिशयोक्ती अशी काहीच नाही. कारण असल्या गोष्टी आपल्या अवती-भोवती सतत घडत असतात. आपण मुलांना जे टोमणे मारतो, त्याच्यामध्ये आणि शत्रूविरुद्ध लढण्यासाठी अफ्रिकेतले पिग्मी लोक पूर्वी जे विषारी बाण वापरीत असत, त्या बाणांमध्ये फरक असा काहीच नाही. दोन्हींमुळं एकाच प्रकारच्या जखमा होतात.

टेबल किंवा खुर्चीसारख्या कुठल्याही निर्जीव वस्तूला तुम्ही गाढव म्हणा, त्याचं त्यांना काहीच वाटणार नाही, पण हेच एखाद्या अगदी अतिसामान्य मुलाला तुम्ही 'गाढव' म्हणा. त्याला तुमचा राग येईल. तो तुमचा तिरस्कार करेल आणि तो अतिसामान्य मुलगासुद्धा याचा बदला घेण्याचाच विचार करायला लागेल.

जेव्हा आई, वडील किंवा शिक्षक एखाद्या मुलाला सारखे 'मूर्ख' किंवा 'गाढव' म्हणून हिणवतात, तेव्हा त्या मुलालाही 'आपण खरोखरच मूर्ख आहोत.' असंच वाटायला लागतं. आणि मग कुठलंही काम, कसलाही प्रयत्न करायचा तो मुलगा टाळू लागतो. आपली कुणी टर उडवू नये म्हणून मग तो स्पर्धा, चढाओढी ह्यांमध्ये भाग घेण्याची टाळाटाळ करू लागतो. 'आपण काही केलंच नाही.' म्हणजे आपलं काही चुकणारच नाही आणि मग आपल्याला कुणीच मूर्ख किंवा गाढव म्हणणार नाहीत, अशीच त्याची धारणा होते, प्रवृत्ती होते आणि मग तो प्रयत्नवादाकडे संपूर्णपणे पाठ फिरवतो.

चुकीचं वागणं :

योग्य वागणं :

मुलं जेव्हा अशी गोंधळलेली असतात, तेव्हा त्यांच्यावर टीका करून त्यांना एकदम 'वेडा' किंवा 'गाढव' ठरवण्यापेक्षा, त्यांच्या मनात झालेला गोंधळ त्यांना उलगडून, समजावून सांगा.

अमोल जेव्हा असाच गोंधळलेला होता, तेव्हा त्याच्या बाबांनी 'वेडा' म्हटलेलं त्याला अजिबात आवडलं नाही, परंतु जेव्हा त्याचे बाबा त्याच्या मनात चाललेला गोंधळ नीट उलगडून सांगतात, तेव्हा ती एक वेगळीच घटना ठरते. अमोलला वडलांचे विचार आवडतात, पटतात आणि मग आपले विचार स्पष्टपणे व मोकळेपणानं मांडायला तोसुद्धा शिकतो. आपल्याला एकदम वेडा अन् मूर्ख ठरवणाऱ्या बाबांपेक्षा, सत्यस्थिती समजावून सांगणारे बाबाच मुलांना अधिक आवडतात, जवळचे वाटतात, हे लक्षात घ्या.

'सांडलवंड'

चुकीचं वागणं :

उन्मेषनं दूध काही मुद्दाम सांडलं नव्हतं, तर ते चुकून सांडलं होतं. आई त्याच्यावर ओरडली, तेव्हा त्याला आईचा रागच आला. अशा रागवण्यामुळं स्वत:चं वर्तन सुधारण्याचा तो प्रयत्न तर करणार नाहीच उलट, बेदरकारपणे वरचेवर तो असं दूध सांडण्याचीच शक्यता जास्त आहे.

परंतु जेव्हा त्याची आई त्याला काहीही न बोलता, सांडलेलं दूध मुकाट्यानं पुसून घेते, तेव्हा त्याला आपली चूक आपोआप समजते आणि इथून पुढं आपल्या हातून असं काहीही सांडणार नाही, याची जास्तीत जास्त दक्षता उन्मेष घेईल, याबद्दल खात्री बाळगा.

कधी कधी रागे न भरता, शांतपणे केलेली अशी प्रत्यक्ष कृती ही खरी सर्वोत्तम टीका ठरते.

'मुलाचं प्रगति-पुस्तक'

समीरला भूमितीमध्ये कमी मार्क पडले म्हणून समीरचे बाबा त्याला असं म्हणाले नाहीत की, 'तू जर जास्त अभ्यास केला असतास, तर तुला चांगले मार्क पडले असते.' कारण त्यांना हे पक्कं माहीत आहे की, असं काही बोलणं म्हणजे समीरचा स्वाभिमान दुखावून त्याचा आत्मविश्वास कमी करणं होय. म्हणूनच त्यांनी

समीरला पूर्ण विश्वासात घेतलं. पुढच्या वेळेस बघा, समीर आणखी चांगला अभ्यास करून अधिक मार्क मिळवण्याचा प्रयत्न करतो की नाही ते!

समीरवर टीका नाही, दोषारोप तर त्याहूनही नाही. बाबांनी फक्त त्याच्याबाबत योग्य तो समजूतदारपणा दाखवला. अशा बोलण्यामुळं जी जवळीक निर्माण होते, त्यातून मुलांना एक प्रकारचा आधार मिळतो आणि व डलांनी आपल्यावर टाकलेल्या विश्वासाला पात्र ठरण्यासाठी मुलं नक्कीच आणखीन झटून अभ्यास करायला लागतात, हे ध्यानात घ्या.

'स्तुतीचा परिणाम'

चुकीचं वागणं :

योग्य वागणं :

घरातले सर्वच जण जेव्हा अपर्णाचं व तिच्या नव्या फ्रॉकचं कौतुक करू लागतात तेव्हा अपर्णाच्या अंगावर नक्कीच मूठभर मांस चढलं असेल. स्तुती केलेली कोणाला आवडत नाही? त्यामुळं आपला फ्रॉक असाच स्वच्छ व सुंदर राहावा म्हणून अपर्णा त्याची जास्तीत जास्त काळजी घेईल. रोज रात्री फ्रॉकची व्यवस्थित घडी घालून, तो नीट ठेवायलाही ती विसरणार नाही. आणि हे सर्व कशामुळं, तर एक-दोन स्तुतिसुमनांमुळं. स्तुतीचा मुलांच्या वागण्यावर खरोखरच किती आश्चर्यकारक परिणाम होतो, याचा अनुभव तुम्ही एकदा तरी घ्याच.

'कौतुक कसं करावं?'

चुकीचं वागणं :

योग्य वागणं :

सर्वांत महत्त्वाची गोष्ट, म्हणजे मुलांचं कौतुक करताना त्यांच्या व्यक्तिमत्त्वाचं किंवा स्वभावाचं कौतुक कधीच करू नका तर त्यांच्या प्रयत्नांचं, पराक्रमाचं व साध्य केलेल्या गोष्टीचं कौतुक करा. कौतुकामुळं मुलांच्या मनामध्ये स्वत:बद्दल भ्रामक कल्पना निर्माण होता कामा नये, तर कौतुकातून मुलांना स्वत:च्या प्रयत्नांची, गुणांची व कसबांची योग्य ती जाणीव व्हायला हवी.

'अतिशयोक्ती टाळा.'

चुकीचं वागणं :

योग्य वागणं :

एखाद्याच्या व्यक्तिमत्त्वाबद्दल सर्वसाधारण विधान करणं शक्यतोवर टाळावं. तोंडावर स्तुती करणंही शक्यतो टाळावं. कारण त्यामुळं कोणीही संकोचतो. केवळ जे सत्य आहे, तेच सांगावं आणि तेच जास्त परिणामकारक ठरतं. तुमच्या मुलांनाही तेच आवडेल.

स्तुतीमधून मुलांना त्यांचं स्वतःचं, स्वतःच्या कौशल्याचं यथायोग्य दर्शन

झालं पाहिजे. मुलांचं फाजील कौतुक करण्याचं मात्र कटाक्षानं टाळा. कारण त्यामुळं मुलांची अशी भावना होण्याचीच शक्यता जास्त असते की, 'ज्याअर्थी मी आई-वडलांना एवढ्याशा छोट्या कामाबद्दल इतका हुशार वाटतो, त्याअर्थी ते दोघेही बुद्दू असले पाहिजेत.' त्यामुळं ती शेफारून जाण्याचीही शक्यता जास्त असते.

कौतुकामुळं मुलांना त्यांच्यातील कौशल्याची जाणीव झाली पाहिजे, एवढंच ध्यानात घ्या.

■

प्रकरण चौथे

'शिष्टाचार'

नम्रपणे शिकवणं

चुकीचं वागणं :

योग्य वागणं :

मुलांना शिष्टाचार शिकवण्याचा हा किती सुंदर मार्ग आहे, नाही? अमोलचा स्वाभिमान दुखावला गेला नाही. आणि आता इथून पुढं तर बघा, जेव्हा कोणी काही भेट देईल, तेव्हा अमोल आपण होऊन एक नमस्कार तरी करेल किंवा 'थँक यू' तर नक्कीच म्हणेल.

असं वागताना थोडंसं अवघडल्यासारखं होणं अगदी साहजिक आहे. परंतु मुलांना नीट वागायला शिकवण्याचा हाच एकमेव मार्ग आहे. नमस्कार करण्याची किंवा 'थँक यू' म्हणण्याची सक्ती करण्यापेक्षा, अशा प्रत्यक्ष कृतीनं आपणच मुलांना शिकवणं केव्हाही सर्वांत चांगलं.

'चोंबडेपणा'

बघा, वल्लरीला किती चांगल्या तऱ्हेनं ताकीद दिलीय ती. चारचौघात कसं वागावं, हे मारहाण करून मुलांना शिकवता येत नाही. मधे मधे चोंबडेपणा करणाऱ्या वल्लरीला एखादी मुस्कटात मारून तिची आई सहज गप्प करू शकली असती. परंतु तिनं स्वतःचा राग आवरला. शिवाय वल्लरीलाही न दुखवता जे सांगायचं होतं, ते वल्लरीला सांगितलंच.

अशा लहानसहान प्रसंगांमधूनच, दिवसभर कटुता निर्माण करणारे पेचप्रसंग तुम्ही कौशल्यानं टाळू शकाल.

'वक्तशीरपणा'

उशीर झाल्याबद्दल रागावण्याऐवजी किंवा 'विसराळू', 'हळूबाई' असे टोमणे मारण्यापेक्षा मुलांना वक्तशीरपणा शिकवण्याचा हा किती चांगला मार्ग आहे, नाही?

तुम्ही जर अशा तऱ्हेनं मुलांशी वागलात, तर मुलांचा अहंभाव न दुखावता वा त्यांना टोचून न बोलताही मुलांमध्ये नियमितपणाबद्दल एक जाणीव आपोआप निर्माण होईल.

ह्या मुलांना खेळणं बंद करून घरी येण्याबद्दल चांगलं तीन - चार वेळा सांगून झालं होतं. तरी ती खेळतच राहिली. शेवटी त्यांच्या वडलांनी हाताला धरूनच त्यांना घरी आणलं. लहान मुलांशी वागताना कधी कधी अशी प्रत्यक्ष कृतीच जास्त योग्य ठरते. नुसतीच तोंडाची वाफ दवडण्यापेक्षा अशी कृतीच कितीतरी परिणामकारक ठरते.

'जेवणाची वेळ'

बहुतांशी भांडणं ही जेवणाच्या वेळेसच होतात. कारण नेमक्या ह्याच वेळी आपण हेकटपणा करतो, वादावादी करतो अन् एकमेकांवर रागावतो.

जेवणाच्या वेळेस कोणालाही, कसलाही उपदेश करण्याच्या फंदात पडू नका. जे काही सांगायचं असेल, ते जेवण झाल्यावर सांगा. कारण जेवताना प्रत्येकाला फक्त पोटपूजाच करायची असते. - अगदी शांतपणे.

■

प्रकरण पाचवे

'मुलांना सच्छील बनवणं'

खोटारड्या मुलांशी कसं वागाल?

चुकीचं वागणं :

योग्य वागणं :

त्यांना कोंडीत पकडणाऱ्या प्रश्नांचा मुलं तिरस्कार करतात. अशा प्रश्नांना मुलं गोंधळून टाकणारी उत्तरं तरी देतील किंवा चक्क खोटं तरी बोलतील. असे प्रश्न विचारून मुलांना अडचणीत आणण्यापेक्षा, सत्य परिस्थिती काय आहे, ती मुलांना समजावून सांगा. असले प्रश्न विचारून खरं म्हणजे, आपण मुलांच्या जखमेवर मीठच चोळत असतो. तुम्हाला उत्तर माहीत असताना अवघडून टाकणारे प्रश्न विचारून मुलांना डिवचू नका. त्यांच्या अपयशाची कारणमीमांसा त्यांना समजावून द्या. अन् हो, एवढं मात्र अवश्य सांगा की त्यांच्या अपयशानं तुम्ही नाराज झालात म्हणून.

'मत्सर, मत्सर - त्याचं काय करणार?'

जेव्हा घरात नवीन बाळ येणार असतं, तेव्हा तर मुलांशी जास्तच जपून वागायला हवं. त्या काळातच मुलीला किंवा मुलाला आई-वडलांच्या प्रेमाची, मायेची विशेष गरज असते. त्यांना कुठल्याही परिस्थितीत उपेक्षित किंवा

असुरक्षित वाटू देऊ नका.

प्रेम, आपुलकी आणि सुरक्षितता ह्या मुलांच्या तीन मूलभूत गरजा आहेत. पक्षपातीपणाचा मुलांच्या मनावर अत्यंत विपरीत परिणाम होतो. जर नवीन बाळालाच सर्वांची माया व प्रेम मिळू लागलं, तर अमोल आपल्या धाकट्या भावंडाचा द्वेषच करायला लागेल.

मुलामुलांमध्ये चुकूनसुद्धा पक्षपात करू नका. उलट, जेव्हा नवीन बाळ घरात येईल, तेव्हा मोठ्या मुलाकडेसुद्धा आवर्जून जास्त लक्ष द्या.

'जेव्हा नवीन बाळ येतं'

यात अमोलचा काय दोष? असलाच, तर तो त्याच्या आई-वडलांचा आहे. आपल्या घरी अचानकपणे टपकलेल्या या नवीन बाळाबद्दल अमोलला काय वाटत असेल, याचा थोडा विचार तुम्ही केलाच पाहिजे. आणि सगळेच जण फक्त नवीन बाळाचं कौतुक करण्यात दंग आहेत, असं जेव्हा अमोल पाहतो तेव्हा त्याला एकटं

वाटणं अगदी स्वाभाविक आहे. आपण सर्वांनाच नकोसे आहोत अन् आपल्याला सगळ्यांनीच वाळीत टाकलं आहे, अशीच त्याची भावना होते आणि मग त्याच्या मनाला येईल, तसा तो वागू लागतो अन् काहीतरी खट्याळपणा, खोडकरपणा करून घरातील माणसांचं लक्ष आपल्याकडं वेधण्याचा प्रयत्न अमोल करू लागतो. जेव्हा केव्हा नवीन बाळ येतं, तेव्हा बहुसंख्य घरांमध्ये हे असंच घडतं.

'परस्परांमधील मत्सरभाव'

वयांमधील फरक किंवा लिंगभेद ह्यामुळंच मत्सराची भावना जागी होते. मोठ्या भावाबद्दल धाकट्याला नेहमीच मत्सर वाटत असतो. थोरल्याला काही विशेष सवलती मिळत असतात. शिवाय तो जास्त स्वतंत्रपणेही वावरत असतो. मुलांना अशा विशेष सवलती किंवा वस्तू देताना, त्या गुपचूप न देता उघडउघड द्या, म्हणजे मग धाकट्या भावंडांनाही असं वाटू लागेल की 'आपणही ताई - दादासारखं लवकर मोठं होऊ, म्हणजे मग आपल्यालाही हे सर्व काही मिळेल'.

अन् एक लक्षात ठेवा : चुकूनसुद्धा मुलांना एकमेकांसाठी 'त्याग' करायला सांगू नका. कारण 'त्याग' वगैरे गोष्टी मुलांच्या आकलनशक्तीच्या पलीकडच्या असतात. उलट, त्यामुळं त्यांच्यांतील परस्परांविषयीचा मत्सर अधिकच तीव्र बनतो.

'मत्सराशी मुकाबला'

मुलांना एकमेकांबद्दल वाटत असलेल्या मत्सराला तुम्ही पूर्णपणे रोखू शकणार नाही हेही तितकंच खरं. कारण मोठ्या वृंदाला धाकट्या जान्हवीचा हेवा वाटणं अगदी स्वाभाविक आहे. परंतु मत्सराशी मुकाबला करायचा असेल तर त्याच्याकडं दुर्लक्ष न केलेलंच बरं. आपल्या धाकट्या भावंडाबद्दल हेवा वाटणं, त्यांना मारावंसं वाटणं, त्यांचा राग येणं हे सर्व अगदी स्वाभाविक असून, त्यामध्ये चुकीचं असं

काहीच नाही, हे तुम्ही मुलांना स्पष्टपणे समजावून सांगा.

घरामध्ये नवीन बाळ येणं हा मुलांच्या आयुष्यातील एक कठीण काळच असतो. आई-वडील कितीही समंजसपणानं वागत असले, तरीसुद्धा नवीन बाळाचं आगमन, म्हणजे मोठ्या मुलाच्या सुरक्षिततेला धोका होय, हे अगदी नक्की. अशा स्थितीत लहान बाळाबद्दल वाटणाऱ्या मत्सराविषयी मोठ्या मुलाला तुम्ही थोडं जरी बोलतं केलं, तरी निम्मी लढाई जिंकल्यासारखंच आहे. ह्या गोष्टीबद्दल मुलांशी फक्त मनमोकळेपणानं बोला, अन् मग बघा, मत्सराची ही विषवल्ली मुळासकट उपटली जाऊ शकते की नाही ते.

'बरोबरीची वागणूक'

मुलांमध्ये एकमेकांबद्दल वैरभाव निर्माण होण्यास वावच राहू नये, म्हणून कित्येक पालक मुलांना बरोबरीनं वागवत असतात. पण खरं म्हणजे, त्याचाही काही विशेष उपयोग होत नसतो. कारण प्रत्येक मुलाची हीच भावना असते, की आई-बाबांनी फक्त आपल्यावर अन् आपल्यावरच प्रेम करावं. आपल्या प्रेमामध्ये कोणी वाटेकरी झालेलं मुलांना आवडत नाही. तुम्ही हे लक्षात घ्या अन् मुलांना बरोबरीनं वागवणं बंद करा. त्याऐवजी जेव्हा केव्हा एखादं मूल तुमच्या सान्निध्यात असेल, तेव्हा तुम्ही त्याच्यावर प्रेमाचा असा काही वर्षाव करा, की त्या मुलाला असंच वाटलं पाहिजे, की आपणच काय ते आपल्या आई-बाबांचं सर्वस्व आहोत, लाडके आहोत. कारण समान शिक्षा किंवा समान प्रशंसा यांपैकी कशानंही मुलांची आई-वडलांच्या प्रेमाची भूक भागत नसते, हे नीट ध्यानात घ्या.

'भेट-वस्तू'

त्या दिवशी समीरचा वाढदिवस होता आणि साहजिकच त्याला जशा काही वस्तू भेट म्हणून मिळाल्या, तशीच काही खेळणी पण मिळाली. अर्थात अपर्णालासुद्धा अनेकदा अशी खेळणी भेट म्हणून मिळाली होती. पण ती ते सगळं विसरली अन् समीरच्या वाढदिवसाच्या दिवशी मात्र रुसून बसली. आई-वडलांचं आपल्यावर किती प्रेम आहे, याची अपर्णाला नुसती खात्री करून घ्यायची आहे, हे तिच्या आईनं बरोबर ओळखलं अन् अपर्णाशी वाद तर घातला नाहीच उलट, अपर्णाच्या म्हणण्याला दुजोराच दिला. ती जर अपर्णाला आत्तापर्यंत मिळालेल्या भेटींची, आणलेल्या खेळण्यांची यादी सांगत बसली असती किंवा समीरला जास्त खेळणी का मिळाली, ह्याची कारणमीमांसा करत बसली असती, तर मग काही खरं नव्हतं. परंतु अपर्णाच्या आईनं एक कठीण प्रसंग किती कौशल्यानं टाळला, बघा. शेवट शांत व गोड झाला, कारण अपर्णाची आई अपर्णाच्या भावना समजून, उमजून अपर्णाशी वागली.

'वादावादी नको'

चिडलेल्या आणि मत्सरानं भडकलेल्या उन्मेषला त्याच्या आईनं कसं शांतपणं समजावलं, बघा. उन्मेषचं नक्कीच बिनसलं होतं. खरं म्हणजे दादाचा त्याला इतका राग आला होता, की त्यानं अमोलला चांगलंच बुकललं असतं. परंतु त्याच्या आईनं हुशारीनं वागून तो प्रसंग टाळला. उन्मेषला तिनं काडीचाही दोष तर दिला नाहीच उलट, त्याला काय वाटलं होतं हे उमजून घेतलं व उन्मेषला नुसतं सांगितलं. ज्यामुळं कदाचित खूप आरडाओरडा झाला असता किंवा रण माजलं असतं, अशी घटना तिनं कौशल्यानं टाळली व शेवट कसा गोड केला, हे ध्यानात घ्या.

'पक्षपात नको'

ह्या बिचाऱ्या आईकडं पाहा. आपल्या सहा वर्षांच्या समीरला ती वाचून दाखवण्याचा प्रयत्न करतेय तर दोन वर्षांची चिमुरडी अपर्णा सारखी मधेमधे लुडबुड करतेय. तिलाही तेच पुस्तक वाचायचंय. मुलांच्या मनांत एकमेकांबद्दल किती मत्सराची भावना असते, हे पाहिलंत, तर तुम्हाला आश्चर्याचा धक्काच बसेल. अन् मुलं जितकी लहान तितकी ही मत्सराची भावना अधिक तीव्र, हे अगदी ठरलेलं. म्हणून प्रत्येक मुलावर सारखाच लोभ ठेवणं, सारखीच माया करणं जास्त महत्त्वाचं आहे. मुलामुलांमध्ये भेदभाव अजिबात करू नका.

आपली आई आपल्याकडं दुर्लक्ष करतेय, असंच प्रथम अपर्णाला वाटलं. परंतु आईनं जेव्हा तिचंही पुस्तक उघडलं अन् तिला त्यातलं काही दाखवलं, तेव्हा कुठं तिचं समाधान झालं. अन् तिची खात्री पटली की आईचं आपल्याकडंही लक्ष आहे, म्हणून आणि मग समीरचं पुस्तक ती अगदी मनसोक्तपणे वाचून दाखवू शकली - अगदी आरामात. मोठ्या मुलाचा अभ्यास घ्यायचा असेल, तेव्हा असा प्रयोग अवश्य करा. तुम्हाला अभ्यास शांतपणे, विनाव्यत्यय घेता येईल.

मुलांमध्ये आपलेपणाची भावना खूप प्रबळ असते. केवळ आपणच आपल्या आई-बाबांचे लाडके आहोत, सर्वस्व आहोत, अशीच त्यांची भावना असते. त्यामुळं आपल्याकडं दुर्लक्ष झालेलं त्यांना अजिबात खपत नाही, सहन होत नाही.

आपल्या मुलांना जबाबदारीनं वागायला शिकवण्याबाबत प्रत्येक जण उत्सुक असणं अगदी स्वाभाविक आहे परंतु जबाबदारी मुलांवर लादता येत नाही, तर

जबाबदारीची जाणीव मुलांमध्ये आपोआप निर्माण व्हावयास हवी. ज्या मुलांना नेहमी काय काम करायचं, हे सांगितलं जातं, ती मुलं कदाचित कामं नीट करतीलही परंतु स्वत:ची सारासार बुद्धी वापरण्याची संधीच त्यांना मिळत नसल्यामुळं त्यांच्यामध्ये जबाबदारीची जाणीवच निर्माण होणार नाही व ती केवळ 'सांगकाम्या' बनतील. त्यांची कामं मुलांना स्वत:लाच निवडायला लावून, त्याबाबत त्यांचा त्यांनाच निर्णय घ्यायला लावला म्हणजे जबाबदारीची जाणीव आपोआप निर्माण होऊ लागते.

'टीका मुळीच नको'

मुलं ही सतत शिकतच असतात. त्यांचं काहीतरी चुकणारच. परंतु त्यांच्या प्रत्येक कृतीवर जर का सारखी टीकाच होत राहिली व त्यांना सारखी बोलणीच खावी लागली, तर ती कुठलीच गोष्ट जबाबदारीनं करायला कधीच शिकणार नाहीत. मुलांना जबाबदारीनं वागायला जर खरोखरच शिकवायचं असेल, तर एक करा : त्यांच्यावर ऊठसूट टीका करू नका.

'शक्यतो, त्यांची निवड त्यांना करू द्या'

मुलानं मागितलेल्या एखाद्या परवानगीचं उत्तर कितीही होकारार्थी असलं, तरी त्याबाबतीत काय निर्णय घ्यायचा, हे मुलांचं मुलांना ठरवू देणं सर्वांत चांगलं. मुलांना जबाबदारीनं वागायला शिकवण्याचा हा सुद्धा एक मार्ग आहे. यातूनच मुलांचा आत्मविश्वास वाढीस लागतो. म्हणून जेव्हा केव्हा शक्य असेल, तेव्हा तेव्हा त्यांचे निर्णय घेण्याची संधी मुलांना द्या. त्यांचं त्यांनाच ठरवू द्या.

'मित्रांची निवड'

आपले मित्र निवडण्याची जबाबदारी तुम्ही तुमच्या मुलांवरच टाका. परंतु मित्रांची निवड हा एक अत्यंत नाजूक पण तितकाच महत्त्वाचा प्रश्न असून, तो काळजीपूर्वकच हाताळला गेला पाहिजे. अर्थात हेही तितकंच खरं, की एखाद्या लाजऱ्याबुजऱ्या मुलाचा मित्र बोलघेवडा असला, तर जास्तच चांगलं. कारण

चांगल्या संगतीचा परिणाम हा एकमेकांना हितकारक व उपकारक असाच ठरतो व त्यामुळं एकमेकांचं वागणं सुधारायलाही आपोआप मदत होत असते. असं असलं तरी 'आपल्याला आवडेल तो मित्र निवडण्याचं स्वातंत्र्य आपल्याला आहे.' असंच तुमच्या मुलांना नेहमी वाटलं पाहिजे.

'पैसे खर्चणं'

दिलेले पैसे मुलांना त्यांच्या मनाप्रमाणं खर्च करू द्या. त्याला जर सर्वच पैशांच्या गोळ्या आणि चॉकलेट्स आणायची असतील, तर त्याला खुश्शाल आणू द्या. त्याच्या निर्णयात तुम्ही ढवळाढवळ करू नका. मुलांना जबाबदारीनं वागायला शिकवण्याच्या अनेक युक्त्यांपैकी ही पण एक आहे.

'प्राण्यांची भीती'

अनेक मुलांमध्ये प्राण्यांबद्दल एक प्रकारची भीतीची भावना जात्याच असते. अगदी लहानपणी एखाद्या कुत्र्यानं किंवा मांजरानं घाबरवल्यामुळं कित्येकदा ही भीतीची भावना त्यांच्या मनामध्ये घर करून बसलेली असते. किंवा कधी कधी आपण मोठ्या माणसांनीच मुलांना 'कुत्रा चावतो' वगैरे वगैरे सांगून भीती घातलेली असते. अशी भीती घालवण्यासाठी एखादं कुत्र्याचं पिल्लू पाळणं हा एक उपाय

ठरू शकतो. हे जर शक्य नसेल, तर शेजार-पाजाऱ्यांकडील पाळलेलं कुत्र्याचं पिल्लू मुलांशी खेळावयास आणावं आणि जर ह्या दोनही गोष्टी शक्य नसतील, तर ज्यांच्याकडं असं लहान कुत्रं पाळलं असेल, अशा मित्रांच्या घरी मुलांना मधूनमधून खेळायला पाठवावं, म्हणजे मग मुलांच्या मनांत प्राण्यांबद्दल अनाठायी भीती उरणार नाही.

■

प्रकरण सहावे

'बालपण'

'वय वर्षे १ ते ५ - अत्यंत महत्त्वाचा काळ

कॉम्प्यूटरमध्ये विविध प्रकारची माहिती साठवण्याची प्रचंड क्षमता असते. परंतु तुम्हाला हे माहीत आहे का, की पहिल्या पाच वर्षांच्या काळामध्ये बालकांचा मेंदू हा सुद्धा एखाद्या कॉम्प्यूटरसारखाच काम करीत असतो. बालकाचा मेंदू वेगवेगळ्या घटना नुसत्याच साठवून ठेवत नाही; तर तो व्हिडिओ टेपसारखाही

काम करत असतो व त्याच त्याच घटना तो मनातल्या मनात पुन्हा पाहू शकतो. पहिल्या पाच वर्षांच्या ह्या अत्यंत संवेदनाक्षम काळामध्ये मुलं जे जे काही पाहतात, ऐकतात किंवा अनुभवतात, त्या सर्व घटना, गोष्टी व त्यांचे परिणाम मुलांच्या मनामध्ये कायमचे ठसले जातात.

काही मानसोपचारतज्ज्ञांच्या मते, मुलांच्या ह्या पाच वर्षांच्या काळात घडलेल्या घटनाच मुलांचं संपूर्ण भावी आयुष्य ठरवत असतात. म्हणूनच या पाच वर्षांच्या काळामध्ये मुलांच्या मनावरती ज्या गोष्टी, घटना ठसल्या जाणार आहेत, त्यांमुळं मुलांच्या भावी जीवनातील त्यांचं भावनिक वा मानसिक स्वास्थ्य तर बिघडणार

नाही ना, याची दक्षता प्रत्येक पालकानं घेणं आवश्यक आहे, महत्त्वाचं आहे.

प्रत्येकाच्या व्यक्तिमत्त्वामध्ये विकसित झालेल्या वेगवेगळ्या वैशिष्ट्यांचं मूळ, हे त्या माणसाच्या बालपणीच्या ह्या पाच वर्षांच्या काळात घडलेल्या घटनेमध्येच सापडतं, असं मानसशास्त्रज्ञांचं ठाम मत आहे आणि ते मूळ शोधण्याचा मानसशास्त्रज्ञांचा नेहमीच प्रयत्न असतो. जेव्हा केव्हा मानसतज्ज्ञ एखाद्याच्या विचित्र वागण्याचा

किंवा मानसिक असमतोलाचा विचार करतात, तेव्हा तेव्हा ते मानसोपचारतज्ज्ञ आयुष्यातील ह्याच पाच वर्षांच्या काळाचा मागोवा घेतात. म्हणूनच मुलाचं संपूर्ण भावी आयुष्य ठरवणारी ही पहिली पाच वर्षं किती काळजीपूर्वक हाताळली पाहिजेत, हे तुमचं तुम्हीच ठरवा.

'बाळाची सहजप्रवृत्ती ध्यानात घ्या'

चुकीचं वागणं :

ह्या बिचाऱ्या मातेनं बघा, त्या रडणाऱ्या बाळापुढं अगदी हात टेकले. बाळाला

शांत कसं करावं, हेच तिला उमजेनासं झालंय.

योग्य वागणं :

लहान बाळ हे अनेक सहजप्रवृत्तींचं एक भेंडोळंच असतं. आई जेव्हा फ्रीजच्या जवळ गेली, तेव्हा त्याची भुकेची प्रवृत्ती जागी झाली व ते किंचाळू लागलं. अशा वेळी एकच करायचं असतं, अन् ते म्हणजे बाळाची ही सहजप्रवृत्तीच बदलायची. वरील चित्रामध्ये नेमकं हेच घडत आहे. फ्रीजपर्यंत जाणं अन् तो फ्रीज उघडताना पाहणं यामुळं त्याची भुकेची प्रवृत्ती बदलून त्याची जागा उत्सुकतेच्या प्रवृत्तीनं घेतली. बाळाच्या एखाद्या सहजप्रवृत्तीकडं जरी दुर्लक्ष झालं, तरी त्यानं भोकाड पसरलंच, म्हणून समजा.

चुकीचं वागणं :

हे बघा, पुष्कळदा हे असंच घडतं. अशा वेळेला खरं म्हणजे बाळाची एखादी सहजप्रवृत्ती किंवा इच्छा डावलली गेलीय का, हे शोधलं पाहिजे. अन् मुलाला शांत करण्याचा प्रयत्न केला पाहिजे. परंतु कित्येकदा हे कारण शोधणंच महाकर्मकठीण असतं. अशा वेळेस मुलाला शांत करण्यासाठी

काहीतरी वेगळ्याच युक्त्या योजाव्या लागतात.

एक गोष्ट नीट लक्षात ठेवा, की बालकांना विचारशक्ती नसते. वेगवेगळ्या सहजप्रवृत्तींचं बालक हे एक भेंडोळंच असतं. प्रत्येक सहजप्रवृत्तीला बालकाला

योग्य वागणं :

ठरावीक प्रतिसादाची अपेक्षा असते आणि तो प्रतिसाद जर मिळाला नाही, तर बालक चिडतं आणि परिणामी रडायला लागतं. बालकांना रडायला लावणाऱ्या ज्या काही मोजक्या प्रवृत्ती आहेत; त्यांमध्ये भूक, उत्सुकता, भीती, थंडी, उष्णता, उजेड व अंधार ह्यांचा समावेश होतो. पण मुलं नक्की कशामुळं रडतात, हे ओळखणं फारच अवघड असतं. अशा वेळेस बालकाची सहजप्रवृत्तीच बदलून टाका. वरील चित्रामध्ये नेमकं हेच घडत आहे. त्याला आई जेव्हा हातवारे करून वाकुल्या दाखवते, तेव्हा बाळाची जिज्ञासा जागृत होते. त्याआधी तो कंटाळला होता म्हणून किंचाळत होता. आता त्याची जागा जिज्ञासेच्या सहजप्रवृत्तीनं घेतली आणि बाळ रडायचं थांबून चक्क हसायला लागलं.

‘तीन वर्षांच्या खट्याळ बालकांशी कसं वागाल?’

चुकीचं वागणं :

– ही मुलं सर्वात दंगेखोर व खट्याळ मुलं होत.

योग्य वागणं :

ही मुलं खूप चलाख असतात आणि स्वत:ची हुकमत कशी गाजवायची, हे त्यांना पुरतं ठाऊक असतं. आईला वारंवार दूध आणायला सांगायचं अन् आईनं दूध आणलं, की 'मला नको' म्हणायचं, असं करून आपल्या आईची धावाधाव करण्यात आपण कितपत यशस्वी होतो, याचाच वल्लरी अंदाज घेत होती. परंतु वल्लरीची आई तिचं बारसं जेवली होती. त्यामुळं वल्लरीशी कसं वागायचं, हे ती

पण शिकली होती. तिनं ठामपणं ठरवलं, की सारखं सारखं वल्लरीच्या तालावर नाचायचं नाही. एक - दोनदा आकांडतांडव करेल फार तर, पण एकदा का तिला कळलं, की 'आईपुढं आपली डाळ शिजत नाही', की मग मुकाट्यानं दूध पिईल व असा त्रास ती पुन्हा कधी देणार नाही.

■

प्रकरण सातवे

‘खेळणारी मुलं’

शारीरिक क्षमता आणि शिस्त

मुलं ही उत्साही असतात, त्यामुळं त्यांना एकाच ठिकाणी शांतपणे बसायला लावून, जखडून ठेवणं हे अत्यंत चुकीचं आहे. मुलांचा जर खरोखरीच विकास व्हायला हवा असेल, तर त्यांनी शारीरिकदृष्ट्या तंदुरुस्तच असायला हवं. त्यासाठी त्यांनी खेळलं हे पाहिजेच. किंबहुना मुलांचं वयच खेळण्याचं व दंगामस्ती करण्याचं आहे, हे पालकांनी लक्षात ठेवायला हवं. कमीतकमी मोडतोड, तोडफोड करून त्यांना जेवढं खेळायचं असेल, तेवढं त्यांना खेळू द्या, पळू द्या, उड्या मारू द्या आणि हो - कपडे खराबसुद्धा करू द्या. स्वच्छ कपडे अन् नीटनेटक्या घरापेक्षाही मुलांचं खेळणं हे कितीतरी पटींनी जास्त महत्त्वाचं आहे.

'भांडणारी मुलं'

तणावाच्या प्रसंगी कसं वागायचं, ह्याबद्दल मुलांनी स्वतःचा स्वतः शोधलेला मार्ग म्हणजे मुलांची भांडणं होत. एकमेकांशी कसं जमवून, जुळवून घ्यायचं हे मुलांना हळूहळू समजायला लागतं व जमतंसुद्धा. परंतु घराचं जेव्हा अगदी रणांगणच होतं, तेव्हा मात्र मध्यस्थी करून वातावरणाला कलाटणी देणं हे केव्हाही चांगलंच. अशा वेळेला मुलांना घराबाहेर मैदानात खेळायला पाठवा. असं केल्यास मुलं आपसांतील भांडण विसरून बाहेर खेळण्यात केव्हा दंग होतील, हे तुम्हालाही कळणार नाही.

‘आणखी एक युक्ती’

मुलांची जेव्हा भांडणं जुंपलेली असतील, तेव्हा त्यांना खाऊ खायला किंवा सरबत प्यायला बोलवा व त्यांचं लक्ष भांडणावरून इतरत्र कुठंतरी उडवा. असं अचानक वेगळंच काही करायला सांगितल्यावर बहुतेक वेळा मुलं आपापसांतील भांडणं तर विसरतीलच, एवढंच नव्हे; तर उरलेला वेळ खेळीमेळीनं आनंदात घालवतील.

मुलं खेळून दमलेली असतात किंवा त्यांना तहान तरी लागलेली असते. म्हणूनच सरबताचा एखादा ग्लास किंवा परिस्थितीतील अकस्मात बदल अशा गोष्टी त्यांना आपसांतील भांडणं विसरायला लावून त्यांचं लक्ष दुसरीकडं वळवतात अन् भांडणं विसरून मुलं परत एकमेकांचे मित्र बनतात.

'त्यांच्या कल्पनाशक्तीला भरारी घेऊ द्या'

स्वत:च्या आवडीनिवडी ठरवण्याची संपूर्ण मोकळीक मुलांना मिळायला हवी. त्यांच्या संवेदना, भावना, कल्पना, त्यांचे विचार अन् त्यांच्या महत्त्वाकांक्षा - त्या साऱ्या कशा का असेनात - त्यांचा तुम्ही पालकांनी स्वीकार केलाच पाहिजे. इतकंच नव्हें तर त्यांचा आदरही राखलाच पाहिजे. मुलांना नेहमी असंच वाटलं पाहिजे, की सर्व प्रकारच्या इच्छा, आकांक्षा धरण्याची आपल्याला पूर्ण मोकळीक आहे. कारण तरल कल्पनाशक्ती ही मुलांना लाभलेली अलौकिक अशी नैसर्गिक देणगी आहे. कधीसुद्धा, अगदी चुकूनही, मुलांची ही कल्पनाशक्ती चिरडून टाकू नका. तुम्ही जर असं केलं तर न जाणो, कदाचित मुलाच्या कल्पनाशक्तीला वेळीच उत्तेजन दिलं असता जी एखादी कला तुमच्या मुलानं भावी काळात आश्चर्यकारकरीत्या विकसित केली असती, त्या कलेचा तुम्ही मूळ धरण्यापूर्वीच नाश केलात, म्हणून समजा.

'त्यांना अनुकरण करणं फार आवडतं'

चुकीचं वागणं :

मुलं ही अनुकरणप्रिय असतात. नव्हे, ती खरी नकलाकारच असतात. आईची नक्कल करून वल्लरी इथं, खरं म्हणजे आईच्या कामांत स्वत:ला सहभागी करून घ्यायचा प्रयत्न करतेय. ती काही लुडबुड करत नाहीये. अनुकरण हे काम शिकण्याचं, तसंच स्वत:च्या भावना व्यक्त करण्याचं एक सुंदर साधन आहे.

आई - वडील वगैरे घरातील मोठी माणसं जे काम करत असतात, तेच काम 'आपणही' करावं, असंच वल्लरीसारख्या मुलांना वाटत असतं, हे तुम्हाला ठाऊक आहे का? तुम्ही जेव्हा झाडत असाल, तेव्हा मुलीलाही एखादा छोटासा कुंचा द्या. तीसुद्धा तुमच्याबरोबर झाडायला लागेल. किंवा तुम्ही जेव्हा साफ - सफाई करत असाल, तेव्हा तिलाही छोटं फडकं द्या. बघा, तीसुद्धा धूळ झटकायला मदत करेल. मुलं ही अनुकरणातूनच शिकत असतात. वल्लरीला जेव्हा आईबरोबर असं

काम करायला मिळतं, तेव्हा आपणही घरातलेच कोणीतरी एक आहोत, अशी तिची दृढ भावना होते.

स्वत:चं अंथरूण टाकणं, दप्तर भरणं, अभ्यासाचं टेबल आवरणं, नीट लावून ठेवणं अशी किरकोळ, छोटी छोटी कामं मुलांना अवश्य करू द्या. त्यामुळं भोवतालची परिस्थिती समजायलाही मुलांना मदत होते. मुलांना ही लहानसहान कामंसुद्धा व्यवस्थितपणे जमणं शक्य नाही. उलट, ती अर्धवट होण्याचीच शक्यता जास्त. पण त्यात कुठं बिघडलं? अन् त्याबद्दल तुम्ही मुलांना रागवायचं कारणही काही नाही. मुलांनी काम 'कसं' केलं, हे जास्त महत्त्वाचं नसून, त्यांचा कामामधील सहभाग हा जास्त महत्त्वाचा आहे. मोठ्यांबरोबर काम करायला मुलांना नेहमीच आवडतं. आणि तुम्ही जेव्हा तुमच्या कामांमध्ये मुलांना सहभागी करून घेता तेव्हा कळत नकळत मुलांमध्ये त्या कामाची आवड निर्माण होते. शिवाय मुलांबरोबर खेळीमेळीचे व निकोप संबंध निर्माण होतात, ते वेगळेच.

'खेळ हेच काम'

चुकीचं वागणं :

योग्य वागणं :

मुलं ही 'चौकस' नसतात तर 'जिज्ञासू' असतात. अन् त्यांनी का बरं असू नये? विज्ञानानं आज जी प्रचंड प्रगती केली आहे, ती केवळ मानवाच्या जिज्ञासू वृत्तीमुळंच ना? जिज्ञासू वृत्तीमुळंच एडिसननं अक्षरशः शेकडो प्रयोग केले, अन् शेवटी विजेच्या दिव्यातील कार्बनचा शोध लावला ना? मुलांच्या सर्वच प्रश्नांना उत्तरं देण्याचा प्रामाणिक प्रयत्न तुम्ही करायलाच हवा - त्यांच्यावर न रागावता.

प्रौढांच्या दृष्टीनं खेळ म्हणजे केवळ मनोरंजन असेलही कदाचित परंतु मुलांच्या दृष्टीनं खेळ हे एक प्रकारचं कामच असतं. खेळातूनच मुलांना वेगवेगळा अनुभव मिळतो व नवनवीन शिकायला मिळतं. मुलं डॉक्टर डॉक्टर खेळोत किंवा चोर - शिपाई खेळोत किंवा आणखीन काही खेळोत, त्यामधून त्यांना शारीरिक व्यायामाबरोबरच मानसिक व्यायामसुद्धा घडत असतो, हे विसरू नका.

'एक उपयुक्त खेळ'

चुकीचं वागणं :

मुलांना जर नीटनेटकेपणा शिकवला नसेल, आपली खेळणी व्यवस्थितपणे ठेवायला शिकवलं नसेल, तर हे असंच घडणार. दुसरं काय?

योग्य वागणं :

ह्या जोड्या लावण्याच्या खेळाचा प्रयोग करून तर पाहा. खेळणं ज्या जागेवर ठेवायचं असेल, त्या त्या जागेवर त्या त्या खेळण्याचं एक एक चित्र चिकटवा आणि त्याप्रमाणे त्या त्या जागी खेळणी ठेवायला मुलांना सांगा. अन् मग बघा, मुलं किती व्यवस्थित खेळणी लावून ठेवतात ती. हा जोड्या जुळवण्याचा खेळ मुलांना खूप आवडतो व त्यातून मुलांमध्ये आपोआप एकीची भावना वाढीस लागते असाच पालक, शिक्षक व बालसंगोपनतज्ज्ञांचा अनुभव आहे. ह्या जोड्या जुळविण्याच्या क्रियेला सूक्ष्म निरीक्षणशक्तीबरोबरच संगती लावण्याची कलाही आवश्यक असते आणि म्हणूनच ह्या खेळाला शैक्षणिक महत्त्वही बरंच आहे. यामुळं मुलं कामातही गुंतून राहतील व घरही कसं टापटीप राहील. 'हसत खेळत शिक्षण' हे आधुनिक शिक्षणप्रणालीमधील एक महत्त्वाचं पण सर्वमान्य असं तत्त्व आहे. खेळण्यातून आनंद तर मिळायलाच हवा, पण त्यातून शिक्षणही देता आलं, तर काय हरकत आहे?

■

प्रकरण आठवे

'शाळकरी मुलं'

'गृहपाठ आणि पालकांचा दृष्टिकोन'

चुकीचं वागणं :

योग्य वागणं :

मुलांना अभ्यासात मदत करण्यासाठी तुम्ही शिक्षक असण्याची किंवा तुमचं खूप शिक्षण झालेलं असण्याची गरज असतेच, असं नाही. अमोलसारख्या मुलांमध्ये शाळेबद्दल, अभ्यासाबद्दल गोडी निर्माण होईल, असं वातावरण घरात निर्माण करणं, हे तुम्हा पालकांचं खरं काम होय. मुलांच्या मनामध्ये शाळेबद्दल आपुलकी, आत्मीयता निर्माण करा. शाळेचा अनादर तुम्ही कधीही करू नका. याउलट, शाळा व अभ्यास ह्या दोन्हीही तितक्याच महत्त्वाच्या गोष्टी आहेत, असंच तुमच्या मुलांना सारखं वाटलं पाहिजे.

धोक्याची सूचना :

मुलांचा गृहपाठ तुम्ही स्वत: कधीही - अगदी चुकूनसुद्धा - करू नका. ते अत्यंत घातक व चुकीचं आहे. मुलांचा अभ्यास मुलांनी स्वत: करण्यात त्यांना मदत करणं हे महत्त्वाचं आहे व पालकांचं खरं काम हेच आहे.

'तुमचं इंग्रजीचं, गणिताचं किंवा इतर कुठल्याही विषयाचं ज्ञान थोडंसं गंजलंय आणि त्याला अभ्यास करून थोडा उजाळा दिल्याशिवाय, तुम्हाला काही शिकवता येणार नाही, अभ्यासात मदत करता येणार नाही', असं प्रांजळपणे मुलांना सांगायला तुम्ही मुळीच लाजू नका. तुम्ही तुमच्या मुलांना अभ्यासात मदत करायला उत्सुक आहात, प्रयत्नशील आहात, एवढं जरी मुलांना कळलं, तरी बास झालं. त्यामुळं स्वयंस्फूर्तीनं अभ्यास करायला मुलं उद्युक्त होतील, एवढं नक्की.

मुलांना शाळेत काय शिकवलं जातंय, ह्याबाबत पालकांनी थोडं लक्ष घातलं पाहिजे, अशी किमान अपेक्षा करणं चूक आहे का? किंवा त्यांना जे शिकवलं जातं, त्यातलं थोडं तुम्हीही शिकायला काय हरकत आहे? खरं म्हणजे, मुलांना जे समजायला हवं असतं, ते इतकं काही किचकट वा अवघड नसतं. मुलांना स्वयंस्फूर्तीनं अभ्यास करायला लावण्यात तुम्ही पालकमंडळी खूप काही करू शकता.

मित्रांनो, तुम्ही पालक म्हणून सदैव मुलांच्या पाठीशीच आहात, अशीच तुमच्या मुलांची भावना होऊ द्यात. 'मला त्रास देऊ नकोस', असं त्यांच्या अभ्यासाबाबत चुकूनसुद्धा म्हणू नका.

'शाळेचा रागराग केलाच पाहिजे का?'

चुकीचं वागणं :

योग्य वागणं :

मुलांना शाळेबद्दल गोडी वाटेल, असं वातावरण घरामध्ये निर्माण करणं, हे पालकांचं पहिलं महत्त्वाचं काम आहे. शिक्षणक्षेत्राबद्दल तुम्हाला आलेल्या वाईट अनुभवांबद्दल मुलांच्या देखत बोलणं तुम्ही पालकांनी कटाक्षानं टाळलं पाहिजे. आपल्यालाही शाळेचा राग येत होता, असं अपर्णाला सांगून, अपर्णाच्या

आईनं काय मिळवलं?

शाळेबद्दल मुलांच्या मनात असलेल्या नाखुशीला काही खास कारणं असू शकतात. ते नेमकं कारण तुम्ही जर शोधून काढलं, तर मुलांच्या शाळेचा प्रश्न तुम्ही सोडवलाच, म्हणून समजा. खालीलपैकी एखादं कारण आहे का, याचा शोध घ्या.

– तुमच्या मुलांचे एखादे शिक्षक त्याला सतत रागावत असतात का?

– वर्गातील इतर मुलं त्याची टिंगल-टवाळी करतात का? त्याला त्रास देत असतात का?

– तो सारख्या वस्तू हरवत असतो का? व तुमची बोलणी खात असतो का?

- शाळेची बस किंवा रिक्षा ह्यामध्ये खूप गर्दी असते का? त्यामुळे मुलं कोंबून भरतात का?
- सकाळी शाळेच्या वेळेपर्यंत त्यांचं सर्व नीट आवरतं का?
- शाळेची वेळ गाठण्यासाठी त्याची खूप तारांबळ उडते का?

मधून मधून तुम्ही शाळेमध्ये जाऊन आपल्या मुलाबद्दल त्याच्या शिक्षकांशी मनमोकळेपणानं बोलणं हा सुद्धा एक उत्तम उपाय आहे. आपल्याच मुलाबद्दल शिक्षकांशी असा सुसंवाद साधणं, वाटतं तितकं सोपं नाहीये, हे लक्षात घ्या. त्यामुळं होतं काय, की असा संवाद साधण्याचा प्रयत्न करायच्याऐवजी बऱ्याचदा बहुसंख्य पालक शिक्षकांना किंवा शाळेच्या व्यवस्थापनालाच शिव्या द्यायला सुरुवात करतात. यातून होतं काय, तर तुम्ही शाळा-चालकाचं व शिक्षकाचं शत्रुत्व ओढवून घेता व त्याचा बळी शेवटी तुमचा मुलगाच ठरतो, हे पक्कं ध्यानात ठेवा.

'शाळेला जाणं'

अशा कानउघाडण्यांचा आणि दमबाजीचा, खरं म्हणजे, मुलं तिरस्कारच करतात. त्याचा काही चांगला परिणाम तर होत नाहीच उलट, मुलं संतापतात. असं काही बोलून मुलांना नसत्या सूचना भलत्या वेळी देण्यापेक्षा, 'शाळेत जाऊन खूप मजा कर हं. अभ्यास करा. खेळा. डब्यातला खाऊ खा अन् शाळा सुटल्यावर नीट घरी ये, बरं का!' असा आनंदानं निरोप द्यायला काय हरकत आहे?

'मुलं तुमच्याकडं सांत्वनासाठी येतात'

चुकीचं वागणं :

योग्य वागणं :

उन्मेषच्या बाबतीत घडलेला हा प्रकार म्हणजे नेहमीच घडणारी एक नमुनेदार घटना होय. असा प्रसंग हाताळणं वाटतं तितकं सोपं नाही. परंतु उन्मेषच्या आईनं ही घटना चांगली हाताळली. भर वर्गात उन्मेषच्या अंगावर ओरडण्यात, त्याला रागावण्यात व त्याला गाढव म्हणण्यात त्याच्या सरांचं नक्कीच चुकलं होतं. परंतु आईनं शिक्षकांना कुठल्याही प्रकारे कमी न लेखता, उन्मेषचा असाच समज करून दिला, की सरांचा काहीतरी गैरसमज झाला, म्हणून ते त्याला गाढव म्हणाले.

सरांच्या बोलण्यानं उन्मेष हिरमुसला होता पण आईनं त्याच्या दुःखावर हलकेच फुंकर घातली व त्याला आपलंसं करून घेतलं. त्यामुळं उन्मेषला कितीतरी मोठा दिलासा मिळाला असेल. अशा वागण्यानं मुलांना आई-वडील म्हणजे भक्कम आधारस्तंभ वाटतात.

■

प्रकरण नववे

'किरकोळ गोष्टी'

झोपायची वेळ

आईजवळ झोपण्यावरून मुलांमध्ये होणारी भांडणं ही बहुतेक घरांमध्ये अगदी नेहमीची व ठरलेली आहेत. खरं म्हणजे, झोपायच्या वेळेस मुलांशी अशा तऱ्हेनं गप्पागोष्टी करता येतील, की झोपेच्या वेळेची वाट मुलांनी रोज उत्कंठतेनं पाहावी. या वेळेस मुलांशी मनमोकळेपणानं गप्पागोष्टी केल्या, तर मुलं सुद्धा त्यांच्या इच्छा, आकांक्षांबद्दल व त्यांना वाटणाऱ्या भीतीबद्दल सुद्धा, तुमच्याजवळ आपली मनं मोकळी करतील. झोपेच्या वेळेस मुलांना छान छान गोष्टी सांगितल्या, तर ह्या गोष्टींचा त्यांच्या मनावर अंगाईगीतासारखाच परिणाम

होऊन मुलं शांतपणे झोपी जातील.

परंतु एक गोष्ट लक्षात ठेवा, की झोपण्याच्या वेळेस पालकांपैकी कोणीतरी एकानं मुलांच्याजवळ असणं हे अत्यंत आवश्यक व महत्त्वाचं आहे.

'टी.व्ही.'

टेलिव्हिजन हा विस्तवासारखाच आहे. त्याचा योग्य तो, मर्यादित असा वापर केला, तर अक्षरश: आश्चर्यकारक गोष्टी घडू शकतील. पण जर का त्यावर काही नियंत्रण ठेवलं नाही, तर प्रचंड हानी व नुकसानही होऊ शकतं. टी.व्ही. चा सर्वांत मोठा दोष म्हणजे मुलं रचनात्मक किंवा विधायक कृत्यांपासून दूर राहतात व परिणामी क्रियाशून्य बनतात.

खरोखरच, आपल्या मुलांनी किती टी.व्ही. पाहायचा, हे सुज्ञ पालकांनी ठरवलंच पाहिजे. पालकांनी आठवड्यातील योग्य तेच व ठरावीक असे कार्यक्रम मुलांना पाहण्यासाठी निवडावेत. नग्नता, शृंगार, हिंसाचार, गुन्हेगारी इत्यादींसारख्या कार्यक्रमांपासून मुलांना दूर ठेवण्याचा संपूर्ण अधिकार पालकांना आहे. नव्हे, त्यांनी तसंच केलं पाहिजे - वेळप्रसंगी स्वत:वर बंधनं घालून व स्वत: असे कार्यक्रम पाहण्याचं टाळूनसुद्धा.

'संगीताचे धडे'

मुलांना त्यांच्या भावना व्यक्त करण्याचा- आविष्काराचा - एक परिणामकारक मार्ग उपलब्ध करून देणं, हा मुलांना संगीताचे धडे देण्यामागचा खरा उद्देश असावयास हवा. परंतु प्रत्यक्षात घडतं, ते मात्र अगदी निराळंच. रियाझ किंवा सराव करण्यावरूनच पालकांमध्ये आणि मुलांमध्ये कुरबुरी व्हायला लागतात.

संगीताच्या, मुलांच्या मनावर होणाऱ्या परिणामांकडं पालकांचं खरं लक्ष पाहिजे. त्याऐवजी मुलगा संगीतात, वाद्य वादनात तरबेज होऊन वेगवेगळ्या रचना किंवा धून लवकरात लवकर, चांगल्या तऱ्हेनं कशा सादर करू शकेल, याकडेच पालकांचा जास्त कटाक्ष असतो. अर्थात, आपल्या मुलाला संगीताचं शिक्षण द्यायचं की नाही, हे ठरवण्याचा पूर्ण अधिकार तुम्हा पालकांना जरूर आहे. परंतु एकदा का तुम्ही ते द्यायचं ठरवलं, की मग सरावाची सारी जबाबदारी मुलांवरच टाकायला हवी.

मुलाला चांगला शिक्षक मिळवून देणं हे पालकांचं काम. तेवढं केल्यावर मुलाची संगीतामधली आवड कायम ठेवण्याची जबाबदारी मुलावर व त्याच्या संगीत शिक्षकांवरच सोपवायला हवी. हा, मुलांना चांगल्यापैकी निवडक संगीत ऐकवून तुम्ही मुलाला ह्याबाबतीत नक्कीच मदत करू शकता. परंतु मुलाची संगीतामधील गोडी वाढवण्याचं काम मात्र त्याच्या शिक्षकांनाच करायचं असतं, हे लक्षात घ्या.

पालकांचं नेहमीच एक म्हणणं असतं, की आम्ही मुलांच्या ह्या संगीतशिक्षणावर जो एवढा पैसा खर्च करतो, तो वाया तर जात नाही ना, हे तरी आम्ही पाहायला नको का?

मुळीच नको. कारण अशा प्रकारच्या तुमच्या बोलण्यामुळं, तुमच्या मुलाला संगीताबद्दल जी काही थोडीफार आवड निर्माण झाली असेल, ती सुद्धा कमी होईल, हे नीट लक्षात घ्या.

'परवानगी कसली मागता?'

आई-वडलांनी जोडीनं बाहेर जायचं ठरवलं, की मुलांचं रुसणं- फुगणं हे आलंच. परंतु अशा बाबतीत पालकांनी खंबीर राहायला हवं.

खरं म्हणजे, दोघांनाच जेव्हा जोडीनं बाहेर जायचं असेल, तेव्हा मुलांच्या परवानगीची जरुरीच काय? आई-वडलांनी आपल्याबरोबर घरामध्ये थांबावं, असं मुलांना वाटणं अगदी साहजिक आहे. तरी सुद्धा तुम्ही पालकांनी मुलांना ठामपणे सांगितलं पाहिजे, की 'आज आम्ही दोघांनीच बाहेर जायचं ठरवलं आहे'. हे सांगताना तुम्ही कुठलीही भीड बाळगू नका. मुलांनासुद्धा हे कळलं पाहिजे, की आई-वडलांनाही त्यांच्या दोघांचं असं वेगळं विश्व असतं, म्हणून.

'पालकांची भांडणं'

जेव्हा नवराबायकोची भांडणं वारंवार होतात व परिणामत: शेवटी जेव्हा ते विभक्त होतात, तेव्हा त्यात सर्वांत जास्त नुकसान कोणाचं होत असेल, तर ते मुलांचं होय. कारण आई-वडलांच्या भांडणामुळं मुलं अस्वस्थ होतात व ह्या भांडणामध्ये तटस्थ राहणं त्यांना शक्यच नसतं. मग ते आई किंवा वडील यांपैकी

कोणा एकाची बाजू घेतात आणि पालकही मुलांचं प्रेम व सहानुभूती मिळवण्यासाठी काहीही करायला मग मागंपुढं पाहत नाहीत. अन् मग यातूनच पुढं खोटं बोलणं, लबाडी व फसवणूक या गोष्टींना जन्म मिळतो. मग मुलं स्वत:च्या फायद्यासाठी आई-वडलांमध्ये लावालाव्या करायलाही शिकतात अन् तो पुढं त्यांच्या व्यक्तिमत्त्वाचा एक गुणविशेषच बनून जातो. यातून त्यांना एक कळतं, की इतरांच्या भावनांचा उपयोग आपण आपल्या फायद्यासाठी करून घेऊ शकतो.

'मृत्युसमयी'

तुमच्या कौटुंबिक जीवनात घडणाऱ्या सुखदु:खांच्या घटनांपासून, विशेषत: दु:खद घटनांपासून, मुलांना अलिप्त ठेवण्यात काहीच अर्थ नाही. मृत्यूसारख्या अत्यंत दु:खद प्रसंगी, 'आजी देवाघरी गेली', असंच काहीतरी मुलांना सांगून सारवासारव करण्यापेक्षा वस्तुस्थिती काय आहे, हे मुलांना प्रामाणिकपणे व स्पष्टपणे समजावून सांगा. त्यांना सांगा की 'मनुष्य मेला, की परत कधीच येत नसतो'. अशा बाबींमधील मुलांची आकलनशक्ती, ही तुम्हाला वाटते, त्यापेक्षा खूपच अधिक असते. अशा प्रसंगी मृत व्यक्तीबद्दल वाटणाऱ्या प्रेमाचं अवास्तव प्रदर्शन टाळा. ह्याप्रसंगी तुम्ही जर शांतपणे, संयमानं व धीरानं वागलात, तर तुमची मुलंसुद्धा अशा प्रसंगांना धीरानं सामोरं जायला आपोआप शिकतील.

'त्यांना रमवून ठेवा'

चुकीचं वागणं :

आजारपणात अंथरुणास खिळून राहावं लागतं, तेव्हा तुमची मुलं लहरी महंमदासारखी वागतात, अशी तुमची तक्रार असते का? आणि म्हणून तुम्ही मुलांवर रागावता का?

योग्य वागणं :

आईनं बाजी तर मारली खरी. अमोल बाहेरच्या खोलीतसुद्धा शांतपणे बसणार नाही, हे नक्की. तिथंसुद्धा तो पसारा हा करणारच. पण त्यात बिघडलं कुठं? आईनं जे ठरवलंय, ते नक्कीच चांगलं ठरवलंय.

कुठल्याही प्रकारची गंभीर दुखापत झाली नसताना अंथरुणात नुसतं पडून राहणं म्हणजे मुलांना एक प्रकारची शिक्षाच होय. अशा वेळेस, जेणेकरून मुलांचं मन रमून जाईल, असं काहीतरी करावं लागतं. असं काही केलं, तर त्याचा नक्कीच आश्चर्यकारक, परंतु चांगला परिणाम होईल. त्यामुळं मुलाचा चिडखोरपणा व लहरीपणा तर कमी होईलच शिवाय तुम्हालाही तुमची कामं सहजपणे संपवता येतील.

चुकीचं वागणं :

समीर नुकताच दुखण्यातून उठलाय. डॉक्टरांनी चांगली
महिनाभर विश्रांती घ्यायला सांगितलीय. अन तो तर सारखा,
'माझ्या जवळ बैस' म्हणतो. कसं शक्य आहे? अजून अपर्णाला
अंघोळ घालायचीय. स्वयंपाक करायचाय. बाई, बाई, बाई,
मला तरी वेड लागायची पाळी आलीय.

योग्य वागणं :

आजारी मुलाचं मन कशात तरी रमवून ठेवणं हे सर्वांत महत्त्वाचं आहे. त्याला एखादी छोटीशी कात्री देऊन मासिकांमधील, वृत्तपत्रांमधली चित्रं कापायला सांगा. त्याला एखादी रफ वही द्या व कापलेली चित्रं वेगवेगळ्या गटांमध्ये, भागांमध्ये गटवार चिकटवायला सांगा आणि हे सर्व करताना त्यानं अंथरुणात व आजूबाजूला थोडा कचरा केला, तर कुठं बिघडलं? त्या कचऱ्यामुळं तुम्हाला होणाऱ्या त्रासापेक्षा, समीरला मिळणारा आनंद जास्त महत्त्वाचा आहे. लक्षात ठेवा, की अशा प्रकारची रफ वही ही मुलांच्या दप्तरामधली एक अत्यावश्यक बाब आहे. एकदा का समीर ह्यामध्ये रमला, की तुमची कामं करायला तुम्हाला अगदी हवा तितका मोकळा वेळ मिळेल.

■

प्रकरण दहावे

'मुलं आणि स्त्री-पुरुष भेद'

चुकीचं वागणं :

योग्य वागणं :

मुलांनी असले प्रश्न विचारणं हे अगदी स्वाभाविक आहे आणि त्यामुळं सर्वसाधारणपणे सर्वच पालकांनी गांगरून जाणं हेही तितकंच स्वाभाविक आहे. पण बहुतेक पालकांचं चुकतं, ते इथंच. अशा गोष्टींबाबत जे सत्य आहे, ते मुलांना स्पष्टपणे सांगा - जसं परागच्या आईनं सांगितलं; अगदी तस्सं. स्त्री - पुरुषांबद्दलच्या मुलांच्या शंका पालकांनी जर योग्य तऱ्हेनं हाताळल्या, तर याबाबतचा मुलांचा दृष्टिकोन निकोप होण्यास मदतच होईल आणि मग मुलं शाळेतील स्वच्छतागृहांच्या भिंतींवर बीभत्स मजकूर लिहिताना तुम्हाला आढळणार नाहीत.

'चौथ्या वर्षी'

चुकीचं वागणं :

योग्य वागणं :

अरे, हाच तर मुलांमध्ये व मुलींमध्ये फरक
आहे. सर्वच मुलांच्या दोन पायांच्यामध्ये
तुझ्या नुन्नू सारखी छोटीशी नळी असते.
आणि मुलींच्या पायांच्यामध्ये, अपणलि
आहे, तशी छोटीशी फट असते. यावरूनच
मुलगा, की मुलगी
हे ओळखायचं
असतं. कळलं
का?

स्त्री - पुरुष आणि त्यांच्यातील भेद ह्याबद्दल जेव्हा बोलण्याची वेळ येते, तेव्हा सर्वसाधारण पालक संकोचतात. मग मुलांना त्यांच्यातील फरक समजावून सांगण्याची गोष्ट तर दूरच राहिली. परंतु अशा प्रश्नांवर 'खरं उत्तर' हेच 'चांगलं उत्तर' होय, हे तुम्ही पक्कं लक्षात ठेवा. लिंगामधील फरकामुळं आपल्यामध्ये काही दोष आहे, कमतरता आहे, अशी तुमच्या मुलांची भावना होऊ देऊ नका. स्त्री आणि पुरुष ह्या जाती आणि त्यांच्यामधील फरक हे निसर्गनिर्मित असून, त्यांचं अस्तित्व हे जीवनाचा अविभाज्य भाग आहे, हे मुलांना पटलं पाहिजे.

ह्या वयात मुलं इतकी लहान असतात, की त्यांना स्त्री - पुरुष संबंध, लैंगिक जीवन, इत्यादींबाबत काही माहिती देण्याची जरुरी नाही. ती इतकी छोटी आहेत, की त्यांना त्यातलं काही कळणारसुद्धा नाही. वरील चित्रात आईनं जसं समजावलं, तेवढं सांगितलं, तरी पुरेसं आहे.

'लैंगिक शिक्षण'

ह्या बाबतीत पालकांचा स्वत:चा स्त्री-पुरुषांकडे पाहण्याचा दृष्टिकोन अत्यंत महत्त्वाचा आहे. तुमच्या नग्न शरीराकडे पाहण्याची तुम्हाला लाज वाटते का? किंवा तुमचं शरीर झाकण्याचा जास्तीतजास्त प्रयत्न तुम्ही करता का? मलोत्सर्जनाच्या जागा आणि लैंगिक अवयव हे इतके जवळजवळ आहेत, की मुलांच्या मनांत मलोत्सर्जनाबद्दल जो दृष्टिकोन विकसित होईल, त्याचा त्यांच्या लैंगिक जीवनाबद्दलच्या दृष्टिकोनावरही खूपसा परिणाम होतो. म्हणून मलमूत्रांबद्दल मुलांच्या मनात किळस निर्माण होणार नाही, याची विशेष काळजी घ्या. मुलांना नेहमी असंच वाटलं

पाहिजे, की त्यांचं शरीर व शरीरामधून बाहेर पडणारी मलमूत्रं हे अगदी नैसर्गिक असून, त्याची किळस करण्याचं काहीच कारण नाही.

जेव्हा मुलाला त्याच्या विष्ठेशी खेळावंसं वाटतं, तेव्हा एखादा सुजाण पालक मुलाला न रागावता, त्याला वाळू, चिखल किंवा चिकणमाती खेळायला देईल. ह्या गोष्टी मुलाला आपल्या विष्ठेसारख्याच वाटतील आणि त्यांच्याशी तो मनसोक्त खेळेल. आपल्या विष्ठेशी खेळल्याचं एक समाधान तर त्याला मिळेलच, शिवाय तो आपल्या विष्ठेची किळसही करणार नाही.

'मुलीच्या जातीला हे होतंच'

चुकीचं वागणं :

योग्य वागणं :

हे बघ. मुली जेव्हा बारा ते चौदा वर्षांच्या होतात ना, तेव्हा त्यांना दर महिन्याला असं रक्त पडायला लागतं. यालाच स्त्रियांची मासिक पाळी किंवा विटाळ असं म्हणतात. ह्याच वयामध्ये मुलीचं रूपांतर स्त्रीमध्ये व्हायला सुरुवात होते. तिच्या शरीरामध्ये निसर्गतःच काही बदल होऊ लागतो आणि तिच्या शरीरातून नको असलेल्या पेशी आणि रक्त अशा तऱ्हेनं दरमहिन्याला मासिक पाळीच्या वेळेस बाहेर पडतं. हा सारा प्रकार आपल्याला त्रासदायक असतो खरा. पण तो निसर्गक्रमच आहे. बरं का? घाबरू नकोस त्याला.

रक्तस्त्रावाच्या ह्या काळासच स्त्रियांची मासिक पाळी किंवा विटाळ असं म्हणतात. ह्या काळामध्ये मुलींना एकटं एकटं व उदास वाटतं पण त्यात काळजी करण्यासारखं काही नाही.

प्रत्येक मुलीच्या ओटीपोटात बाळासाठी एक जागा असते. निसर्गतःच त्या ठिकाणी पेशींचे समूह व रक्त तयार होऊ लागतात आणि ह्याच गोष्टी मासिक पाळीच्या काळामध्ये शरीराबाहेर टाकल्या जातात. मुलगी गर्भवती होईपर्यंत ही क्रिया सतत चालूच असते. गर्भारपणामध्ये ही क्रिया बंद असते. बाळंतपणानंतर हीच क्रिया दर महिन्याला परत सुरू होते.

'तुम्हाला धास्तावणारे प्रश्न'

'बाळ कसं तयार होतं?' बालकांच्या अशा प्रश्नांची बहुसंख्य पालकांनी धास्ती घेतलेली असते. परंतु ह्या प्रश्नाचं उत्तरही तितकंच महत्त्वाचं आहे आणि ह्या उत्तराचा मुलांच्या भावी लैंगिक जीवनाबाबतच्या एकंदर दृष्टिकोनावरही खूपसा परिणाम होत असतो, हे नीट लक्षात घ्या. स्त्री - पुरुष संबंधांबद्दल मुलांनी बाहेरून, कोठूनतरी चुकीचं व अर्धवट ज्ञान मिळवण्याआधीच पालकांनी ह्या गोष्टींबद्दल खरी ती माहिती व ज्ञान आपल्या मुलांना देणं केव्हाही योग्य व हितकारक होय. अशा प्रश्नाचं सर्वांत चांगलं उत्तर म्हणजे सत्यकथन होय - काहीसं पुढीलप्रमाणं :

'जेव्हा आई-वडलांना बाळ हवं असतं, तेव्हा बाबांच्या शरीरातील पेशी आईच्या शरीरातील पेशींमध्ये मिसळतात आणि त्यांच्या मीलनातूनच आईच्या पोटात बाळ निर्माण होतं. नऊ महिन्यांनंतर, जेव्हा बाळाची संपूर्ण वाढ झालेली असते, तेव्हा ते आईच्या दोन पायांच्यामध्ये असलेल्या योनीमधून आपोआप बाहेर

येतं. योनी ही आईच्या दोन पायांच्यामध्ये असते'.

वडलांच्या शिश्नातून ज्याप्रमाणे लघवी येते, त्याचप्रमाणे 'वीर्य' नावाचा एक पातळ पदार्थसुद्धा येतो. मूत्र हे टाकाऊ व निरुपयोगी असतं पण वीर्यामध्ये अगदी सूक्ष्म असे जीवाणू असतात. त्याच्यापासूनच, खरं म्हणजे, बाळ तयार होतं. वडलांचं शिश्न जेव्हा आईच्या योनीमध्ये बसतं, तेव्हा हे वीर्य बाहेर पडतं आणि वीर्यातील जीवाणूंचं आईच्या गर्भाशयातील अंड्याशी मीलन झालं, की बाळ तयार होतं. अशा तऱ्हेनं वडील बाळास जन्माला घालतात.

आई आणि वडील जेव्हा एकान्तात असतात, आनंदी असतात आणि एकमेकांवर

खूप प्रेम करायला लागतात, तेव्हा वडील आपलं शिश्न आईच्या योनीमध्ये घालतात. ह्यालाच स्त्री-पुरुषाचं मीलन असं म्हणतात. स्त्री-पुरुष मीलन ही अत्यंत खाजगी परंतु तितकीच सुंदर बाब आहे.

'मुलांचे चाळे'

मुलांचे हे असले चाळे अजिबात खपवून घेऊ नका. हे असले प्रकार पुन्हा घडणार नाहीत, याचीही दक्षता घ्या पण याहूनही सर्वांत महत्त्वाची गोष्ट, म्हणजे पालकांचा याबाबतीतील दृष्टिकोन होय. मुलांचे असे चाळे पाहून भावनेच्या भरामध्ये एकदम संतापू नका. याबाबतीत निकोप दृष्टिकोन ठेवा अन् मुलांना शांतपणे, पण स्पष्टपणे सांगा, की त्यांना जर एकमेकांच्या शरीराबद्दल माहिती हवी असेल, तर ती सर्व माहिती तपशीलवारपणे त्यांना सांगायला तुम्ही तयार आहात, म्हणून. परंतु कुठल्याही परिस्थितीमध्ये मुलांनी व मुलींनी एकमेकांचे कपडे उतरवून एकमेकांसमोर उघडं होता कामा नये, हे मुलांना शांतपणे व ठामपणे सांगा. पण त्याचबरोबर हेही लक्षात घ्या, की त्यांच्या शंका त्यांना मोकळेपणानं विचाराव्याशा वाटल्या पाहिजेत, असं वातावरण निर्माण करा.

तथापि, तुम्हाला जर त्यांच्या प्रश्नांची उत्तरं देणं अडचणीचं किंवा अवघड वाटत असेल, तर स्त्री-पुरुष भेद, स्त्री-पुरुष संबंध यांवर केवळ मुलांसाठी लिहिलेली अशी अनेक पुस्तकं हल्ली बाजारात उपलब्ध आहेत, त्यांतलं एखादं तुमच्या मुलाला आणून द्या, म्हणजे झालं. काही प्रगत देशांमध्ये तर 'लैंगिक शिक्षण' हा विषय शिक्षणक्रमामध्येच अंतर्भूत केलेला आहे, हे लक्षात घ्या.

'हस्तमैथुन'

हस्तमैथुन हा मुलांच्या शारीरिक विकासामधील अत्यंत नैसर्गिक असा एक टप्पा आहे परंतु सर्वसाधारण पालकांना मुळी हेच मान्य नसतं. आपला मुलगा हस्तमैथुन करतो, हे कळताच अनेक पालक बेचैन होतात.

खरं म्हणजे हस्तमैथुनाच्या ह्या अवस्थेमधून बहुसंख्य पुरुष गेलेले असतात परंतु मुलांनी ह्या एकंदर प्रकाराची धास्ती घेतलेली असते आणि त्यामुळं मुलं अस्वस्थही होतात. त्यांची अशी कल्पना होते, की आपण जे (हस्तमैथुन) करतोय, ते एक पाप आहे. खरं म्हणजे, ह्याच वेळेस तुम्ही तुमच्या मुलाला खूप काही मदत करू शकता. हस्तमैथुन ही एक नैसर्गिक गोष्ट आहे, हे पालकांनी प्रथम मान्य केलं पाहिजे व जर तुमच्या मुलानं ते केलं, तर त्याबद्दल तुम्ही नाराजी व्यक्त करता कामा नये. याउलट, तुम्ही मुलांना असंच वाटू दिलं पाहिजे, की हस्तमैथुन ही एक

नैसर्गिक अवस्था असून ह्यामधून सर्वच जण जात असतात व महत्त्वाचं म्हणजे त्याबद्दल कसलीही भीती बाळगायचं काही कारण नाही.

हस्तमैथुन हा स्वानंद मिळवण्याचा व स्वत:ला संतुष्ट करण्याचा एक सोपा मार्ग आहे. तो आनंद मिळवण्यासाठी मुलाला इतर कोणावरही अवलंबून राहावं लागत नाही; परंतु हस्तमैथुनाच्या अतिरेकामुळं मुलं मित्रांमध्ये मिसळेनाशी होतात. ती एकलकोंडी बनण्याची शक्यताही जास्त असते. मुलांची हस्तमैथुनाची सवय कमी करण्यासाठी पालकांनी मुलांमध्ये खेळ, वाचन, मित्रपरिवार इत्यादी गोष्टींबद्दल आवड निर्माण करण्याचा जाणीवपूर्वक प्रयत्न करायला हवा. एकदा का मुलांचं मन, खेळ, मित्र, वाचन इत्यादींमध्ये रमलं, की त्यांच्यामधील अवाजवी हस्तमैथुनाची सवय हळूहळू पण निश्चितपणे कमी होईल.

■

प्रकरण अकरावे

'पालक आणि किशोर'

मुलांना विश्वासात घ्या

चुकीचं वागणं :

योग्य वागणं :

तुम्ही मुलांना विश्वासात घेऊन तर बघा. त्यांना विश्वासात घेतल्यानंतर मुलं कशी वागतात, ह्याचं जर तुम्ही नीट निरीक्षण केलंत, तर तुम्ही आश्चर्यानं थक्कच व्हाल. पुढील चित्रातील वृंदा बघा, कशी समजूतदारपणं बोलतेय ती. याचं खरं कारण हेच, की तिच्या आई-वडलांनी त्यांची अडचण तिला मोकळ्या मनानं सांगितली व तिला पूर्णपणे विश्वासात घेतलं.

तुमच्याबरोबरच मुलांनाही घरचे अर्थमंत्री बनवा अन् मग बघा, ती कशी काळजीपूर्वक व समजूतदारपणानं वागतात ती. वेडा हट्ट तर ती अजिबातच करणार नाहीत. एक पक्कं लक्षात ठेवा, की मुलांवर जबाबदारी टाकली, की मुलं जबाबदारीनंच वागतात. खरी आवश्यकता आहे, ती मुलांना पूर्णपणे विश्वासात घेण्याचीच.

'आजच्या किशोरांचे प्रश्न'

चुकीचं वागणं :

योग्य वागणं :

‘आजच्या किशोरांचे प्रश्न’

होय. पराग नक्कीच सुधारेल. परंतु, माझ्या पालकमित्रांनो, ‘तोपर्यंत मुलांशी कसं वागायचं?’ हा तुमच्यापुढील खरा प्रश्न आहे. होय ना?

किशोरवयातील मुलं ही बंडखोर प्रवृत्तीची असतात, चिडचिडी असतात. त्यामुळं पालकांनी त्यांच्याबाबत थोडी काळजी केलेलीसुद्धा त्यांना आवडत नाही. असली काळजी, म्हणजे पालकांनी आपल्यामध्ये केलेली शुद्ध लुडबुड, असंच मुलं समजतात.

हे असं का? हे जर समजून घ्यायचं असेल, तर हल्लीच्या किशोरांचे-पौगंडावस्थेमधील मुलांचे-प्रश्न काय आहेत, समस्या काय आहेत, हे तरी पाहू या :

वेळ :- त्यांना वेळ - काळाचं बंधन आवडत नाही. जास्तीतजास्त वेळ घराबाहेर घालवायला त्यांना आवडतं.

पोशाख :- चित्र - विचित्र पोशाख करायला त्यांना आवडतं.

केस :- हिप्पींसारखे खांद्यांपर्यन्त केस वाढवणं त्यांना आवडतं आणि पालक व मुलांमधील वादाचं हे एक नेहमीचंच कारण असतं.

करमणूक :- आई-वडलांबरोबर फिरायला जायला किंवा सांस्कृतिक कार्यक्रम, सभा वगैरेंना जाणं त्यांना आता आवडत नाही.

भाषा :- त्यांची बोलीभाषा, (परवलीचे शब्द) अशी असेल, की तुम्हाला ती क्वचितच कळेल.

मित्र :- आपले मित्र - मैत्रिणी स्वत:च निवडायला त्यांना आवडतं.

एक लक्षात ठेवा, की किशोरवयातील इतर मुलांप्रमाणेच पराग हाही एक मोठा मुलगा आहे अन् तो आयुष्यातील एका अवघड अशा कालखंडातून जात आहे. बालपणीचं आई-वडलांवर पूर्णपणे विसंबून असलेलं त्याचं जीवन आता

संपुष्टात आलं असून, ज्या वयात स्वत:वर विसंबून राहायचं असतं, अशा तारुण्याच्या उंबरठ्यावर तो उभा आहे. अशा संक्रमणावस्थेतून जात असताना पालकांनी निष्कारण केलेली चिंता किंवा दिलेला एखादा (आगंतुक) सल्ला या दोन्ही गोष्टींच्या बाबतींत तो गैरसमजच करून घेण्याची शक्यता जास्त. अशा वेळेला काहीही न करता शांत बसणं हेच सर्वांत उत्तम. अर्थात हे जरा अवघड आहे, खरंच. परंतु आपल्या प्रबळ इच्छाशक्तीच्या आधारावर तुम्हाला हे केलंच पाहिजे, हे मात्र नक्की.

परागला असंच वाटलं पाहिजे, की तुम्ही त्याच्या 'मागे लागला' नसून त्याच्या 'पाठीमागे खंबीरपणे उभे आहात', म्हणून. तुमच्या उपस्थितीची त्याला नितांत आवश्यकता आहे. परंतु त्याच्या दैनंदिन जीवनात तुम्ही सतत ढवळाढवळ केली, तर ती त्याला आवडणार नाही. त्याचं आयुष्य त्याला त्याच्या मनाप्रमाणं जगूद्यात. याचा अर्थ त्याला संपूर्ण मोकळं सोडा, असं नाही. तर तुम्ही बाजूला राहून नुसतं निरीक्षण करा अन् त्याला गरज पडेल, तेव्हा त्याच्या मदतीसाठी तुम्ही सदैव तत्पर आहात, हे त्याला माहिती असूद्यात.

'मूल्यांबाबत मतभेद'

चुकीचं वागणं :

योग्य वागणं :

मूल्यं, रूढी, परंपरा या गोष्टींबद्दल किशोरांच्या मनात एक प्रकारची अढी असते. आपल्या भोवतालच्या वातावरणामध्ये मोठ्या प्रमाणावर भोंदूगिरी आणि लबाडी आपण पाहत असतो, अनुभवत असतो परंतु तरीसुद्धा ज्या समाजामध्ये आपण वावरत असतो, त्या समाजाच्या मूल्यांशी व परंपरांशी आपल्याला जुळवूनच घ्यावं लागतं. समीरच्या वडलांनी आपल्या मूल्यांबद्दल, चालीरीतींबद्दल धरलेला आग्रह अगदी योग्यच होता, परंतु हे करतानाही त्यांनी ह्याबाबत बळजबरी, कटुता किंवा वादावादी किती कौशल्यानं टाळली, बघा.

चुकीचं वागणं :

माझा पराग म्हणजे एक डोकेदुखीच आहे मला. काय त्याचं ते ध्यान बघ. ते कपडे बघ. ते वाढलेले केस बघ. त्याचं वागणं, बोलणं सगळंच विचित्र आहे. मला तर, बाई, त्याची हल्ली हल्ली फार काळजी वाटते.

योग्य वागणं :

अगदी बरोब्बर आहे. तुमच्या मुलाची ही अवस्थाही लवकरच निघून जाईल, हे नीट लक्षात घ्या. परंतु त्याआधी एक लक्षात घ्या, की तुमचा मुलगा म्हणजे एक अडचण किंवा समस्या नाहीये, तर तो इतर मुलांसारखाच एक सर्वसाधारण मुलगा

आहे ज्याच्यासमोर समस्या आहेत. अडचणी आहेत. समस्या आहे मोठं होण्याची. आई-वडलांनी आखून दिलेलं त्याचं बालपणीचं आयुष्य आता संपलेलं आहे अन् आता तो तारुण्यात पदार्पण करतोय. स्वतःच्या अशा वेगळ्या जगात प्रवेश करतोय. बालपणातून तारुण्यावस्थेत जाण्याच्या या संक्रमणावस्थेचं एक प्रकारचं दडपण त्याच्या मनावर आलेलं असतं. अशा वेळेस त्याच्यावर ओरडून, रागावून, आक्रस्ताळेपणा करण्यात काहीच अर्थ नाही. चांगला मार्ग, म्हणजे काहीही न करता शांतपणे स्वस्थ बसणं होय. हे करणं आवर्जून लक्षात ठेवा, की तुमचा मुलगा म्हणजे 'एक समस्या नाहीये', तर 'तुमच्या मुलापुढं काही समस्या आहेत' अन् त्या सोडवण्यामध्ये त्याला मदत करणं हे पालक म्हणून तुमचं कर्तव्य आहे.

■

Please contact us at **Mehta Publishing House Pvt. Ltd.,** Pune 411030.

✆ +91 020-24476924 / 24460313 / Mob. No. 9545000513

Email : production@mehtapublishinghouse.com

Website : www.mehtapublishinghouse.com